AF889581

मुक्तायन

कुसुमाग्रज यांचे प्रकाशित काव्यसंग्रह

जीवनलहरी (१९३३)
विशाखा (१९४२)
समिधा (१९४७)
किनारा (१९५२)
कालिदासचे मेघदूत (अनुवादित) (१९५६)
मराठी माती (१९६०)
स्वगत (१९६२)
हिमरेषा (१९६४)
वादळवेल (१९६९)
छंदोमयी (१९८२)
मुक्तायन (१९८४)
पाथेय (१९८९)
महावृक्ष (१९९४)
मारवा (१९९९)
अक्षरबाग (१९९९)
थांब सहेली (२०००)

संपादित काव्यसंग्रह

रसयात्रा - संपा. बा.भ.बोरकर व शंकर वैद्य (१९६९)
प्रवासी पक्षी - संपा. शंकर वैद्य (१९८९)
माधवी (गीतकाव्य) - संपा. शांता शेळके (१९९४)
थांब सहेली - संपा. वसंत पाटील, श्री. शं. सराफ, रेखा भांडारे (२००२)

बालकविता

जाईचा कुंज (१९३६)
श्रावण (१९८५)
बालबोधमेव्यातील कुमुमाग्रज - संपा. पद्मा मोरजे (१९८९)

मुक्तायन

कुसुमाग्रज

पॉप्युलर प्रकाशन, मुंबई

मुक्तायन
पॉप्युलर प्रकाशन
(म-४९०)
ISBN 978-81-7185-281-9

MUKTAYAN
(Marathi : Poetry)
Kusumagraj

पहिली आवृत्ती : १९८४/१९०५
तिसरे पुनर्मुद्रण : २०१२/१९३३
दुसरी आवृत्ती : २०२१/१९४२
पुनर्मुद्रण : २०२२/१९४४
दुसरे पुनर्मुद्रण : २०२३/१९४५
तिसरे पुनर्मुद्रण : २०२५/१९४७

प्रकाशक
अस्मिता मोहिते
पॉप्युलर प्रकाशन प्रा.लि.
३०१, महालक्ष्मी चेंबर्स
२२, भुलाभाई देसाई रोड
मुंबई - ४०० ०२६

अक्षरजुळणी
प्रियांका माटल
४, अब्दुल सत्तार चाळ, फितवाला रोड
एल्फिन्स्टन, मुंबई - ४०० ०१३

मुद्रक
मणिपाल टेक्नॉलॉजीज लिमिटेड
मणिपाल, कर्नाटक - ५७६१०४

आमटे परिवाराच्या
आनंदवन आणि भामरागड
येथील कार्यास —

अनुक्रमणिका

जाग

सूर्यास्ताचे
हे चार किरण
मी खुडून आणले आहेत,
आजच्या असह्य
भयाण
तुफानलेल्या रात्रीसाठी.
ते देणार नाहीत प्रकाश
पेटवणार नाहीत दिवे,
ते फक्त
जागृत ठेवतील
उद्याचा
सूर्योदय
तुझ्या आणि माझ्या
मनातला.

झाड

        तूच पाऊस
        तूच ऊन
मी फक्त एक झाड
आकाशात चिणलेलं
        तुझं पाऊसपण
        तुझं ऊनपण
        तुझं वादळपण
अंगावर घेता घेता
शिणलेलं

अन्यथा

तत्त्वज्ञान त्याचे विवेचन करील
पण कविता त्याचा शोध लावते.
कारण
तो आणि आपण
यांच्यातील संबंध
नाही मीमांसेचा,
तो आहे फक्त
काव्याचा.

आणि म्हणूनच
बेबलच्या सनातन मनोऱ्यामध्ये
जेव्हा नेति-अस्तीचे वादंग
मीमांसक माजवीत असतात,
तेव्हा—
केवळ कवीसाठी
तो करतो स्वतःचा सारांश
इंद्रियसुंदर स्वरूपात
सृष्टीतून उतरतो खाली,
रहस्यदुर्गाच्या उग्र सावल्यांतून
पहारे चुकवीत बाहेर निसटणाऱ्या
कलंदर राजपुत्रासारखा,
आणि
कवीच्या संवादी हातात हात घालून
रागदारीतील महत्तम स्वरासारखा
भ्रमण करतो
अस्तित्वाच्या सर्व सरहद्दींपर्यंत.
—अन्यथा
तुकारामाचा अभंग
संभवलाच नसता.

नट

नांदीनंतर
पडदा उघडला
तेव्हा मी तुडुंब भरलेला होतो
हजारो रंगीबेरंगी शब्दांनी,
शरीरभर रोरावणाऱ्या
        असंख्य आविर्भावांनी,
भीतींनी, आशांनी, अपेक्षांनी;

आता
भरतवाक्य संपल्यावर
सर्व प्रेक्षालय रिते झाले आहे
आणि संहितेत नसलेल्या
        प्रयाणाची तयारी करीत
मी उभा आहे
रंगमंचावर, एकटा,
समोरच्या प्रेक्षालयाप्रमाणेच
संपूर्ण रिकामा.

मी उच्चारलेले
काही शब्द, अजूनही
प्रेक्षालयातील धूसर
मंदप्रकाशित हवेवर
पिंजारलेल्या कापसासारखे
        तरंगत आहेत,
माझे काही आविर्भाव
रिकाम्या खुर्च्यांच्या हातांना
बिलगून बसले आहेत,
मी निर्माण केलेले
        हर्षविमर्षाचे क्षण

पावसाने फांद्यांवर ठेवलेल्या
थेंबांसारखे
भिंतींच्या कोपऱ्यावर
थरथरत आहेत
अजूनही.
हा एक दिलासा
माझ्या रितेपणाला
नाटक संपल्यागची खंत—
ती आहेच.
नाटक नव्हे, तीन तासांचे
एक अर्करूप अस्तित्व
संपले आहे.
पण संपले आहे ते फक्त
इथे — माझ्याजवळ.
माझ्या त्या अस्तित्वाच्या
कणिका घेऊन
हजार प्रेक्षक घरी गेले आहेत;
मी एक होतो
तो अंशाअंशाने
हजारांच्या जीवनात
— कदाचित स्मरणातही —
वाटला गेलो आहे.

निवास

खूप खूप वर्षांपूर्वी
आकाशाशी
माझा करार झाला
आणि आकाशगंगेतील
ती छोटी तारका,
निळ्या पारव्या प्रकाशाचा
पिसारा फुलवणारी,
माझ्या मालकीची झाली.
तेव्हापासून
पृथ्वीवर जेव्हा
ज्वालामुखींच्या उद्रेकांनी,
उसासलेली उद्यानं
दग्ध होतात,
किंवा कोकिळांची कूजनं
बर्फाच्या प्रपातात
गोठून मरून पडतात,
तेव्हा
माझा निवास
त्या तारकेवरच असतो,
व्यवहारापुरता
मी येथे
वावरत असलो तरी.

प्रश्न

हे माझे युग
म्हणजे घनघोर प्रश्नांचा
निबिड कोलाहल;
जमिनीतून, आकाशातून, दिशांतून
उसळताहेत रूद्ररूप प्रश्न
नागासारखे सळसळत
विजांसारखे कडाडत

गर्जना करीत हिंस्र श्वापदांसारखे.
लक्षावधी प्रश्नांच्या
या रणधुमाळीत
प्रश्नाला जबाब मिळतो आहे
प्रतिप्रश्नाचा...
प्रतिप्रश्नाला प्रतिप्रश्नाचा
प्रश्न परस्परांवर कोसळताना
लढतात,
रक्तबंबाळ होऊन
मरतात, मारतात
आणि पुन्हा रक्ताच्या चिखलातून
लढण्यासाठी जिवंत होतात.
आणि ही सारी भीषण
रणधुमाळी
भयभीत नजरेनं पाहात,
दडून बसले आहे
त्या लाख प्रश्नांचे एक चिमुकले उत्तर
साध्या भोळ्या
सशासारखे, भीतीने थरथरत
नक्षत्राच्या आडोशाला.

खुर्च्या

त्या अवाढव्य प्रेक्षागृहामध्ये
एकटा मी
स्टेजवर उभा राहून
समोर पाहात होतो—
खुर्च्या... फक्त खुर्च्या...
अस्तित्वाच्या टोकापर्यंत
क्षीण होत जाणाऱ्या उजेडात
नुसत्या खुर्च्या...
रिकाम्या...
आणि तरीही सचेतन,
नुकत्याच उठून गेलेल्या माणसांपेक्षाही
भयानक सचेतन,
स्वतःचं भानामती विश्व
निर्माण करणाऱ्या
क्रूर...

स्टेजकडे एकटक पाहणाऱ्या
निःशब्द... निर्दय...
हजार माणसांची कलेवरं
प्रेक्षालयाच्या दरवाज्याबाहेर
फेकून देणाऱ्या...
राक्षसिणी...
जागेवरून उठत नव्हत्या
करकचून बसलेल्या
आणि तरीही पसरत होत्या
साऱ्या हवेमध्ये
तडजोड नसलेल्या द्वेषाने.

मी चटकन् विंगेमध्ये गेलो
आणि जाता जाता ऐकला
हास्याचा एक प्रचंड स्फोट
गलिच्छ तिरस्काराने
निथळलेला,
जो होता माझ्यासाठी
आणि त्या सर्वांसाठीही
जे खुर्च्यांवर बसून गेले होते
भूतकाळात
आणि बसणार होते
भविष्यकाळातही.

संत

(श्री बाबा आमटे यांच्यासाठी)

''साधुसंत येती घरा
        तोचि दिवाळी दसरा''

आज आहे महोत्सव माझ्या शब्दांचा
उसासले आहेत माझ्या निरर्थक नभावर
सहस्रावधी वारकरी नेत्र
        तुला पाहण्यासाठी
माझ्या घराच्या एकलकोंड्या कौलारावर
बसले आहेत निळ्या पाखरांचे थवे
        तुझ्या वाटेवरची धूळ
        आपल्या पंखांवर वाहण्यासाठी.
आकाशाचं मन कळत नाही
        वारा होऊन मुक्त झाल्याशिवाय
प्रकाशाच्या देवळात जात येत नाही
        दिवा होऊन भक्त झाल्याशिवाय
म्हणून थोडं वारेपण—
थोडं दिवेपण—
उचललं आहे माझ्या जिराईत अक्षरांनी

तुझ्याच मेघशील जीवनातून
तुझ्याच स्वागताच्या कमानीवर
तोरण लावण्यासाठी.
लोहाराच्या भट्टीतील एखादी कलंदर ठिणगी
झेप घेते आकाशात हरवलेपणानं
काळाच्या परमाणूत का होईना
पण बारीकसा सूर्य होण्यासाठी
क्षणभर दिमाखानं जळण्यासाठी
नंतर अनंत काल संकोचाशिवाय विझण्यासाठी.
तसंच आहे माझ्या शब्दांचं
क्षणाला माखलेलं हे मोठेपण.

तसं पाहिलं तर कोण तू
आणि कोण मी?
कोसांच्या नव्हे तर जगांच्या अंतराने
विभागलेले दोन अनोळखी प्रवासी.
आणि तरीही—
माझ्या सभोवारच्या चिरेबंद काळोखाला
जातात केव्हा तरी तडे
आाणि त्यातून पाहतो मी स्तंभित होऊन
स्वप्नात वितळलेल्या माणसाप्रमाणे
तुझ्या प्रकाशमय विश्वातील
काही अग्नि–रेषा.

अशाच शंभर आभासात
पहाट रात्रीच्या निःशब्दातून
मी पाहिले आहे तुझे शिल्पचित्र
तीनशे मैलांवरूनही.
सोमनाथच्या सूर्यद्रोही जंगलात
पृथ्वीच्या गर्भात पाय खोचणाऱ्या विराट वृक्षावर
अपराजित कुऱ्हाड मारणारा तू—
सर्जन डॉक्टरांच्या सभागृहात
डोंगराच्या सुळक्यासारखा उभा राहून
माझ्या देहात महारोगाची लस घाला
म्हणून आव्हान फेकणारा तू—
श्वापदांच्या समूहात सिंहाचा स्वर होणारा
सर्पांच्या प्रदेशात गरुडाचं घर होणारा
वणव्याच्या समोर घनघोर पाऊस होणारा
दुःखाच्या समोर फक्त निर्भेळ माणूस होणारा
दुबळ्या दयेच्या चिखलातून
माणुसकीला बाहेर काढणारा तू—
पृथ्वीवरच्या व्यवहारात ईश्वराचा हात
माणसांपर्यंत पोचवणारा तू—

अरे आम्ही आहोत असे करंटे
की आमच्या पेठेत लागतात पताका
फक्त मंत्री आले तर—

सोनेरी अंबारीचे ऐरावत
जेव्हा रस्त्याने झुलू लागतात
तेव्हा आमचे लाचार हिशेबी हात
जुळून येतात छातीवर—
आमच्या गळ्यातले कोमल गंधार
जातात निषादाच्या तीव्र पट्टीवर
त्यांचा जयजयकार करण्याकरता.
आणि तुझ्यासारखे संत
ऐहिकाच्या प्रपंचातील ईश्वरी अंशाचे रखवालदार
निघून जातात गस्त घालीत
        अंधारात,
उद्‌ध्वस्त मनाच्या मोहल्ल्यातून
आसवांच्या दलदलीतून
दुःखानं उसवलेल्या दुनियेवर
        अमृताचं सिंचन करीत.
आणि
दोन शतकं गेल्यानंतर
शोधू लागतो आम्ही वाळवंटावर
        तुमच्या पायखुणा,
दोन शतकं गेल्यानंतर
आम्ही होतो मशालजी आणि टाळकरी
        तुमच्या मखमली पालख्यांचे
        तुमच्या मेलेल्या मतांचे,

दोन शतक गेल्यानंतर
आम्ही होतो मतवाले शूर शिपाई
संरक्षण करण्यासाठी
        मातीत मिसळलेल्या तुमच्या प्रेतांचे.

हे महामानवा,
आम्ही देणार आहोत तुला
फक्त फावल्या वेळातला नमस्कार—
एखादा गुच्छ
एखादा हार—
तीस पायांवर सरपटणाऱ्या कॅलेंडरातील
एखादा शनिवार, रिकामा रविवार.
पण तरीही—
त्यातल्याच एका साक्षात्कारी क्षणाला
आम्हाला कळतं—
आज सारा संसार उभा आहे
        क्रांतीच्या दाराशी
जुने पडते आहे
नवे घडते आहे
काळाच्या स्मशानातून उठलेली भुतावळ
जमिनीवरती जटा आपटीत
रडते आहे
        रक्तबंबाळ होऊन.

मातीतून उठत आहेत गर्जना करीत
लक्षावधी प्रचंड आकार
पोलादाच्या कारखान्यातील
जळत्या राक्षसी तुळ्यांसारखे
        तांबडेलाल,
काही तोडण्यासाठी
काही जोडण्यासाठी.
या ऐतिहासिक हलकल्लोळात
सनातन आणि अजिंक्य आहे
ते फक्त तुझ्यासारख्याचं
हात उभारून काळाच्या किनाऱ्यावरून धावणारं
संग्रामशील माणूसपण.

"तुम्ही जाता तुमच्या गावा
        अमुचा रामराम घ्यावा."

हे यात्रिका,
विस्कटलेल्या शरीरांचा
चुरगळलेल्या आत्म्यांचा जथा घेऊन
तू तुझ्या मार्गानं जा
        मागे वळून पाहू नकोस
जो हिशेब कधी केला नव्हतास

तो यापुढेही कधी करू नकोस.
तुला साथसोबत आम्ही करणार नाही
आमच्या दिवाणखानी दिव्यांचा प्रकाश तुझ्या रात्रीवर
पडणार नाही
तुझ्या अलौकिक वेदनेसाठी आम्ही रडणार नाही
आमच्या जयघोषांच्या जमावातही
तू राहणार आहेस एकटा
दक्षिण ध्रुवावरील बर्फासारखा
अगदी एकटा.
पण असेच एकाकीपण
लाभले होते ख्रिस्ताला
ज्याच्या हाताचा ठसा
मला दिसतो आहे तुझ्या हातावर
असेच एकाकीपण
लाभले होते बुद्धाला
ज्याच्या प्रज्ञेचे किरण
मला दिसताहेत तुझ्या पथावर
हीच तुझी सोबत
आणि हेच तुझे संरक्षण...

''जेथे जाशी तेथे – तो तुझा सांगाती
चालवील हाती – धरोनिया.''

दिवस

दिवस—
रेडियो-टेपवरील गीतांचा
वृत्तपत्रांतील मतांचा
        काही खेदांचा
        काही हर्षांचा
        भुरट्या शब्दांचा
        चोरट्या स्पर्शांचा
थोडा जनावराच्या गव्हाणीतला
थोडा तुकयाच्या विराणीतला.

दिवस—
सूर्याचा
चंद्राचा
सिंहासनात साकळलेल्या इंद्राचा
आणि रक्तबंबाळ होऊन
क्रूसावर लोंबणाऱ्या
ख्रिस्ताचाही
थोडासा.

दिवस—
हजारो स्वयंभू गतींचा
केव्हा नीतीचा
केव्हा भीतीचा
पण नेहमीच
कालवृक्षावरून गळणाऱ्या एका पर्णाचा
क्षितिजाखालून
क्षणाक्षणाने वर सरकणाऱ्या
मरणाचा.

खाजगी

त्याच आकाशाने
मला जन्म दिला
हे मी नाकारीत नाही
पण माझे हे आकाश
तसे खाजगी
अगदीच खाजगी आहे.

येथेही होता
चंद्रसूर्यांचे उदयास्त
लखलखतात अगणित तारकांचे उन्मेष,
अस्तित्व गोठवणाऱ्या हिमलाटा
आणि क्षितिजापर्यंत पसरलेल्या
अक्राळविक्राळ अमावास्या;
पण तेही सारे
खाजगीच.
माझे हे आकाश
शेवटी मिळून जाणार आहे
त्याच विशाल आकाशात,
हेही मला माहीत आहे.
पण तेव्हादेखील
आणि त्यानंतर कधीही
त्याला कळणार नाही
माझ्या या आकाशाने
काय भोगले
काय सोसले
काय अनुभवले.

मी

सृष्टीतील सृजनशक्तीचा
मी आहे एक
खास उन्मेष,
जो पूर्वी कधी घडला नव्हता
सृष्टीच्या प्रारंभापर्यंत
आणि पुन्हा कधीही घडणार नाही
सृष्टीच्या अंतापर्यंत
असा एक खास मी!
माझं एक खाजगी आकाश असतं, माताजी,
ज्यात उगवतात चंद्र, सूर्य, तारे
तेही माझेच खाजगी, माताजी,
माझी एक खाजगी पृथ्वी असते
जिच्यावर वावरत असतं
माझं अस्तित्व
एकटं माताजी, अगदी एकटं;

तुम्हा लोकांना मी दिसतो ना, माताजी
तो मी नसतोच—
आणि तसाही नसतोच, माताजी.
तुम्हाला दिसतात त्या फक्त असतात
माझ्या रूपाचा अनुवाद करणाऱ्या
रंगीत चिंध्यांच्या बाहुल्या,
ज्या बनवलेल्या असतात तुम्हीच, माताजी,
स्वतःच्या समजुतीनं
आणि स्वतःच्या सोयीसाठी.
तात्पर्य माताजी,
माणूस आपल्यापर्यंत पोचतो
तो एका संबंधामधून,
पण त्या संबंधाच्या तुकड्याहून
तो केवढा तरी अफाट प्रचंड असतो.
खिडकीच्या काचेतून
उन्हाचा कवडसा आपल्या खोलीत पडतो, माताजी,
पण कवडसाच, माताजी,
सूर्य नव्हे.
हजारो कवडसे पडले तरी
आकाशातील ती ज्वलंत घटना
अनोळखीच राहते
आपल्या जाणिवांना!

('आनंद' नाटकातून)

स्वस्त

पायाखाली तुडवीत
जगदंबेप्रमाणे
ग्रीष्मातील दुपारचे
हिंस्त्र राक्षसी ऊन,
आणि बाभळीच्या
तळाशी पडलेल्या
मुलाचा आक्रोश ऐकून
चोळीतून अनिवार आवेगाने
ओघळणारे स्तन
पुन्हा चोळीमध्ये खुपसून
ती फोडते आहे
प्राणांतिक आवेशाने
पहाडी शिळांची रास,
आणि घडवते आहे
उद्या येथून जाणाऱ्यांचा रस्ता
आणि परवा
देशात जन्माला येणाऱ्यांचा
भविष्यकालही.
आणि हे सारे
रोजगार हमीच्या
फक्त तीन रुपयांत.

शिवराया

महाराज,
प्रस्थापित आकाशाचा भेद करून
भविष्याचं अंतराळ शोधणारा
तुमचा प्रदीप्त इतिहास
        आम्हाला समजतच नाही.
आम्ही देऊ पाहात आहोत
तुम्हाला तिकीट
या पार्टीच्या आमदारकीचं,
त्या पार्टीच्या खासदारकीचं,
देऊ पाहात आहोत नायकत्व
या जातीचं, त्या जमातीचं,
आणि करू पाहात आहोत
तुम्हाला महान् बेडूक
आमच्या या दीड वितीच्या
        गटारलेल्या डबक्यातील.

तेव्हा

पहाटेच्या काळोखी फांद्यांतून
अवेळी जागलेल्या कोणा एका
कोकिळेने
भ्रमिष्टपणाने
दिली भिरकावून आकाशावर
कोठल्या स्वप्नाच्या स्पंजात रुतणारी
चौधारी
पल्लेदार स्वरावळ.
नंतर सारं स्तब्ध...
संगमरवरी स्तंभाला टेकून
उभी राहिलेली व्याधाची चांदणी
किंचित् हसली,
आणि रुपेरी वस्त्राचे हेम
अलगद उचलून
उतरायला लागली पहिली पायरी
क्षितिजाच्या तळाकडे...
तेव्हा चारही वाजले नव्हते.

हरवणं

हे हरवणं
आता चालूच राहणार आहे.
नक्षत्रांकित
        आकाशातून
पृथ्वीच्या
        नकाशातून
स्मितांच्या
        ताटव्यांतून
स्पर्शांच्या
        मैफलींतून
कोणाच्या
        दिठीतून
कोणाच्या मिठीतून
हे हरवणं
आता चालूच राहणार आहे.
गीतांच्या
        चंद्रशालांतून
मतांच्या
        कोलाहलातून

प्रेमाच्या
        अमृताशय पाशांतून
द्वेषाच्या
        सर्पाकार रोषातून
पापणीत साकळलेल्या
        एखाद्या थेंबातून
आणि कोट्यवधी सूर्यमाला
        अंतरंगात साठवणाऱ्या
आकाशगंगेतूनही
हे हरवणं
आता चालूच राहणार आहे.

हे हरवणं
तसं लहानसंच,
महासागरातल्या जलकणासारखं,
        आणि तरीही
ते व्यापून टाकणार आहे
        अशेष विश्वाला;
        कारण हे थेंबाचं हरवणं
        कदाचित् हरवणं असेल
साऱ्या महासागराचंही

तूच आता

स्वप्न हे सरेना
इंद्राचा प्रासाद
कंकणांचा नाद
उर्वशीच्या ।।
मोह हा जळेना
लाघवी लतांचा
मंजुळ गीतांचा
राईतल्या ।।
नभ हे हटेना
मेघांचे मेळावे
तारकांचे थवे
चंद्रशाला ।।
अंतरीचे असे
आसक्तीचे दंगे
विरक्तीच्या संगे
अहोरात्र ।।
तूच फेक आता
भगवे कफन
माझे तनमन
ध्वंसणारे ।।

खेळ

आणि लक्षात ठेव
        हा एक खेळ आहे,
खेळाच्याच नियमांनी
          बांधलेला
निर्मळ बिलोरी आनंदात
          सांधलेला.
      आघात करायचा
          पण रक्त काढायचं नाही
      जीव ओतायचा
          पण जीवन हरपायचं नाही
      विसर्जित व्हायचं
          पण स्वत्व गमवायचं नाही;
आणि आपल्या अंतरंगातील पंच
तटस्थ समयसूज्ञ साक्षी
थांबा म्हणतील त्या क्षणी थांबायचं,
आणि जवळ जमलेले
— चंद्राचे तुकडे घेऊन
— आपल्याला अंधारात
        विलीन व्हायचं.

फक्त शब्द

मला गवसलेल्या
त्या चिरनूतन ईश्वराचा
धर्म नावाने ओळखल्या जाणाऱ्या
जरठ
दुभंगलेल्या कवचाशी
सुतराम् संबंध नाही.
जगातील सर्व धर्मांनी
त्या अनाद्यंत सौंदर्याला,
अगणित आकाशांच्या
उगमस्थानाला,
मातीत खणलेल्या तळ्यात
कर्मकांडाची जाळी टाकून,
धरण्याचा प्रयत्न केला,
पण त्या जाळ्यात
त्यांना गवसले फक्त
विविध भाषांतील
ईश्वरार्थी शब्द.

पायवाटेवर

पृथ्वीवरील
चिखलातून चालताना
त्याचा एक पाय
पृथ्वीवरून घसरला
आणि पडला
थेट आकाशगंगेमध्ये,
महत्‌प्रयासाने
धडपडत
तडफडत
त्याने पाय बाहेर काढला
आणि तो पुन्हा चालू लागला.
आता
त्याच्या पावलागणिक
त्याच्या पायवाटेवर
प्रगट होत आहेत
तारकांचे पुंज.

अनावरण

मी तुमच्या पुतळ्याचं
बाबासाहेब,
आज अनावरण केलं.
(तुम्हांला कळलंच असेल)
आणि नंतर
तुमच्या पुतळ्याला
डोळे मिटून भाविकतेनं
नमस्कार केला.
('नाटक केलंस बामणा?')
नाटक?
थोडंफार असलेही;
लोकांच्या नजराच
नाटकाला जन्म देतात,
ते पृथ्वीवर वावरणाऱ्या
कोणालाच चुकत नाही.
('ऐकलंय-''जग ही रंगभूमी')

कबूल आहे, पण
सारंच नाटक नव्हतं.
निमिषार्ध—
अगदी निमिषार्ध बाबासाहेब,
माझ्या दृष्टीतून अवतरला
एक श्रद्धाशील श्रमण
बोधिवृक्षाच्या तळाशी बसलेल्या
तथागताकडे पाहाणारा.
('कविता करतोस काय यमक्या?')
नाही बाबासाहेब,
'तुम्ही' हा विषय
कवितेत मावणारा नाही
हे पूर्वीच लक्षात आलंय माझ्या.
रंगीत फुग्यामध्ये
आकाश पकडण्यासारखं...
आणि तरीही
सहस्र कविता लिहिल्याचं
अपूर्व समाधान
त्या क्षणी मला मिळालं.
('लोकांच्या टाळ्या घेतल्याचं?')
तेही असतंच,

कोणत्याही व्यासपीठावर
टाळ्यांची तोरणं
        बांधावी लागतातच.
पण मला मिळालं
'ते' समाधान नव्हतं,
तो एक अद्‌भुत 'अनुभव' होता.
त्या क्षणार्धात मी
माझ्या संगमरवरी चौथऱ्यावरून
खाली—खोल—खोल—
कोसळत गेलो
कड्यावरून दरीत
भिरकावलेल्या दगडासारखा
थेट पाताळतळापर्यंत,
जेथे
'खाली' ही संज्ञाच
शिल्लक राहिली नव्हती.
त्या तळावरून
मी तुमच्या पुतळ्याकडे पाहिलं
तेव्हा पुतळा दिसलाच नाही,
दिसत होता
जाणवत होता
एक विराट दाहक तेजोगोल
सूर्याच्या कोरोनासारखा.

याचक

असा याचक
त्याच्या हातातील कटोरा
कशानेच भरत नव्हता;

नृपाळांनी टाकली
सिंहासने
कुबेरांनी टाकली
सुवर्णाची भांडारे
तरीही तो रिताच.

पंडितांनी शब्द टाकले
पुरोहितांनी धर्म टाकले
साधूंनी सत्त्व टाकले
वीरांनी कर्म टाकले
तरीही तो रिताच.
मग याचक आला
एका भिकारणीच्या दाराशी,

जिथे ती उघड्या स्तनाने
पाजीत होती
आपल्या पोराला.

याचक म्हणाला
माई भीक वाढ,
भिकारणीने पोर बाजूला सारले
आणि स्तनावर पान्हाळलेले
दुधाचे दोन थेंब
त्याच्या कटोऱ्यात टाकले,
कटोरा भरून गेला
शिगोशिग
अथांग समुद्रासारखा.

आता तो याचक
दाता होऊन
त्या दुधाचे थेंब वाटतो आहे
पृथ्वीवर, सर्वांना.

म्हणूनच
इतके सारे होऊन
होत असून
माणसाची जात
अद्यापही जिवंत आहे.

मौन

शिणलेल्या झाडापाशी
कोकिळा आली
म्हणाली, गाणं गाऊ का?
झाड बोललं नाही
कोकिळा उडून गेली.

शिणलेल्या झाडापाशी
सुग्रण आली,
म्हणाली, घरटं बांधू का?
झाड बोललं नाही
सुग्रण निघून गेली.

शिणलेल्या झाडापाशी
चंद्रकोर आली,
म्हणाली, जाळीत लपू का?
झाड बोललं नाही
चंद्रकोर मार्गस्थ झाली.

शिणलेल्या झाडापाशी
बिजली आली
म्हणाली, मिठीत येऊन का?
झाडाचं मौन सुटलं
अंगांगातून
होकारांचं तुफान उठलं.

तोपर्यंत

इतिहास असा की,
सामान्यांच्या राजधानीकडे जाणारे सारे रस्ते
असामान्यांच्या राजवाड्यांपाशी मात्र पोचतात;
आणि होतात निरर्थक
रक्तासवांनी भिजलेले ते लांबलचक रस्ते
'मूर्खाने सांगितलेल्या आचरट कहाणीसारखे.'
पण दिलासा हा की
असामान्य हे असामान्य नसतातच;
असामान्य असतात त्या राजवाड्यांच्या इमारती
त्यांचे दिमाखदार चिलखती दरवाजे
त्यांच्या अजस्र चिरेबंद भिंती
ज्या बांधलेल्या असतात
सामान्यांनीच.
आणि असा एक दिवस उगवतो
की जेव्हा हे सारे बांधकाम
सामान्यांना करता येते समूळ उद्‌ध्वस्त.
हाही एक नवा इतिहासच
अखेरच्या तळावर सामान्यांना सापडलेला.
पण तोपर्यंत...

आश्चर्य

ती आदिवासी म्हातारी
प्राणांतिक भयाने धडपडत
डोंगराच्या कडेला गेली
आणि चिकटून उभी राहिली
पालीसारखी, खडकाला.
उघडीवाघडी
हजार सुरकुत्यांच्या कातडीत कोंबलेली
हाडांची जीर्णाकृती.
मी क्षणभर आदिवासी झालो
आणि तिच्याकडे पाहिलं.
अहो आश्चर्य—
तिच्या एका थानाच्या गाठोळीवरून
लोंबत होतं आपलं पार्लमेंट
आणि दुसऱ्या गाठोळीवरून लोंबत होतं
आमचं साहित्यसंमेलन.

अधिकार

माझ्या देण्याला
        किनारा आहे
फक्त तुझ्या घेण्याचा—
        तुला माती हवी
            तर ही माती
        तुला ज्योती हवी
            तर ही ज्योती
इथे हरवलाय्
        माझा अधिकार
नाही म्हणण्याचा—
अधिकार उरलाय् एकच
        तुझ्यासाठी
फक्त मरण्याचा.

जीर्ण

लक्षावधी वर्षांपूर्वी
जन्माला आलेले शब्द
जीर्ण, जराग्रस्त
करपलेले, काजळलेले,
अर्थाचा गाभा झडून
ध्वनीच्या सांगाड्यापुरते उरलेले
आपली विशीर्ण
        शरीरे सावरीत
माझ्या उंबरठ्यावर
येऊन बसतात
आणि म्हणतात "तरीही-तरीही—".
आणि खरोखरच
माझ्या काळजातील स्पंदनांना
ते जेव्हा स्पर्श करतात
तेव्हा त्या जीर्णांचे
        रूपांतर झालेले असते
चिरंतनाचा गंधप्रकाश
        दशदिशा उधळणाऱ्या
प्रफुल्लित नवजात आकाशपुष्पांमध्ये.

तो

दिवाणखान्यात बसून
चारचौघांच्या संगतीत
मी जेव्हा तुझे अस्तित्व नाकारतो
तेव्हा आकाशाचे एक दार
किलकिले करून
तू पाहतोस माझ्याकडे कौतुकाने
कुतूहलानेही,
आणि सगळे निघून गेल्यावर
ताऱ्याच्या अंधुक प्रकाशात
तू उतरतोस माझ्या एकांतात
आणि समोरच्या खुर्चीवर बसून
म्हणतोस — अभिनंदन
तुझे विवेचन छानच होते
इतके की मलाही शंका आली
माझ्या अस्तित्वाची —
पण तरीही मला माहीत आहे
मला मानणाऱ्यांमध्ये
        तू अग्रेसर आहेस
फक्त तुझा दिवाणखाना
तुझ्या काळजापासून
        फार दूर आहे, इतकेच.

नक्षत्रांनो

हे नक्षत्रांनो,
तुम्हीही
माझ्यावर अपार प्रेम केलंत.
लक्षावधी प्रकाशवर्षांच्या अंतरावर
भ्रमण करणारे
तुमचे विश्वात्मक ज्वालांचे
अगम्य विस्तार
निशिगंधाच्या प्रकाशित गुच्छासारखे
या आकाशात प्रगटले,
ते माझ्यासाठीच.
कोठल्या मैदानावर पडून
माझ्या जीवनाचा धागा
मी तुमच्या अस्तित्वाशी
बांधीत बसलो
तेव्हा —
संसारातील सारं वात्सल्य
तुमच्या दृष्टीत उमललं;

निद्रिस्त मुलाच्या कपाळावरील केस
आईनं बाजूला सारावेत
त्याप्रमाणे
माझ्या मनःस्थितीचे
सारे अस्वस्थ किनारे,
— उदासीनतेचे उद्वेगाचे,
तत्त्वज्ञानाचे तत्त्वशोधाचे
केव्हा देहातून द्रवणाऱ्या
शबल वासनेचे,
केव्हा मनात उजळणाऱ्या
धूसर साधनेचे —
हलक्या हाताने बाजूला सारून
तुम्हीच मला उचललंत
सहस्र प्रकाशहस्तांनी
आपल्या उराशी
आणि म्हणालात :
जगणं म्हणजे प्रेम करणं
फक्त प्रेम करणं,
मग ते जगणं तुझं असो,
आमचं असो
अथवा तुला-मला निर्माण करणाऱ्या
त्या परात्पर शक्तीचं —
परमात्म्याचं असो.

डाक बंगला

इंदूरच्या वाटेवरील
नर्मदेच्या घाटावरील
त्या एकलकोंड्या डाकबंगल्याला
(तू तजबिरीतून विचारतेस)
हे कळलं असेल का?
कळलं असेल,
कारण कारवारच्या रस्त्यावरील
जंगलात हरवलेल्या
त्या आदिवासी डाकबंगल्यात
मी एकट्यानं पाऊल टाकलं
तेव्हा त्याच्या साऱ्या दारांतून
खिडक्यांतून
एक दबलेला उसासा
धसधसत बाहेर पडला होता.
त्याला कळलं होतं,
आणि एकाला कळलं
म्हणजे सर्वांना कळलं,
कारण ते डाकबंगले असतात;
संयमाच्या डोहात तडफडणारी
आपली सांस्कृतिक
घरं नसतात.

नदी

नदीच्या सांजसावळ्या
झुळझुळत्या पाण्यात
माझी नजर
खरंच सागतो, त्या वेळी
गर्द होऊन
अडकून पडली होती;
जाळ धडाडून पेटला आहे
हे देखील
नदीतील प्रतिबिंबानेच
मला सांगितले;
मला वाटत होते
त्या ज्वालांकडे पाहावे
नजर आत खुपसून
दृष्टीला तडा जाईपर्यंत
पाहावे, पाहात राहावे,
पण नदीने माझी नजर
सोडलीच नाही
आपल्या उघड्या निळ्या वक्षावर
तिने ती घट्ट
दाबून धरली होती
असह्य घट्ट...

सातवा

चमच्यांच्या स्टँडवर
सात चमचे होते
एक चमचा एक दिवशी
गहाळ झाला.
उरलेल्या सहांच्या गळ्यातून
प्रथमच
अनावर हुंदका फुटला
'ती असती तर' – ते उद्गारले,
तो हरवला नसता.
मीही अनावरपणे
सातवा चमचा झालो
आणि त्याची रिकामी जागा घेऊन
सहांच्या हुंदक्यात
सामील झालो — आणि
पुटपुटलो :
खरं आहे, मित्रांनो,
ती असती तर
मी हरवलो नसतो.

काळोख

इतका काळोख हे आकाशस्थांनो,
मी तुमच्याकडे कधीच मागितला नव्हता,
कधी मागितला असेल —
पसाभर,
हिरव्यालाल मांसलाच्या कर्दमाला खुपणारा
एखादा सूर्यकिरण मारण्यासाठी,
कधी मागितला असेल
अस्मानभरही
जंगलातील सर्पाकार वाटेने
रात्रिचरांच्या आश्रयाने प्रवास करताना
तारकांच्या कठोर नजरा विझविण्यासाठी,
पण इतका — आणि असा —!
माझ्याच नव्हे
साऱ्या विश्वाच्याच अस्तित्वाला
शंकास्पद करणारा...

राजहंस माझा

पावसाने तुडुंबलेल्या खड्ड्यात
झोपडपट्टीतील एक मूल
वाहून गेले — बुडून गेले —
बुडू द्या —
मूल बुडाले म्हणजे सचिवालय
पाच ताऱ्यांचे ताजमहाल
अथवा ब्रॅबोर्न स्टेडियम
बुडाले नाही —

आणि अशा झोपडपट्टीतील
एका ओंगळ पोराचे
उघड्यानागड्या
एकूण मूल्य तरी किती?
सूक्ष्म गणित येत असेल कोणाला
तर काढता येईल मूल्य
रुपया पैशातही
उत्तर याचे अर्थात् पैशातच

हे मत आपलेच आहे
असे नाही

त्याच्या आईचेही तेच असावे
कारण मुलाला मांडीवर घेऊन
ती फोडीत बसली असता
एक कर्कश हंबरडा,
वस्तीवर एक वार्ता कोसळली
या वेळी मात्र
करुणामय मेघासारखी.
वार्ता :
नाक्यावरचा गुदामवाला व्यापारी
कुजलेल्या धान्याची पोती
ओतीत सुटला आहे उकिरड्यावर.
बाईने आपला हंबरडा
आवरला घशामधे अर्ध्यावरच
मुलाचे कलेवर टाकले खाली
आणि घरातील पिशव्या गोळा करून
ती बेफाम धावत सुटली
उकिरड्याकडे वाहणाऱ्या यात्रेमधे
सामील होण्यासाठी.

बरोबर आहे —
सूक्ष्म गणिताने पाहिले
तर खूप खूप अधिक होते
कुजलेल्या धान्याचे मूल्य.

घृणास्पद

राजस्थानातील तो आदिवासी पट्टा
अरवलीच्या खडकाळ डोंगरांतून
थेट उदेपूरच्या
संगमरवरी प्रासादांना भिडलेला
मातकट केसाळ सर्प
राजवाड्यातील पलंगाच्या पायथ्याला
खेटावा तसा —
आणि आज हा
        सह्याद्रीच्या दऱ्याखोऱ्यावर
विराट कोळिष्टकासारखा लोंबलेला,
विसाव्या शतकाच्या अदम्य धास्तीने
दहाव्या शतकाच्या तळाशी पडलेला
अर्धनग्न आदिवासी प्रदेश —
तसाच — अगदी तसाच.
(आमची राष्ट्रीय एकात्मता)
तीच भयग्रस्त माणसं
झाडाझुडपांत उगवलेली

पण माणसाचा आकार मिळाल्याने
पृथ्वीचे पालन घालवून बसलेली,
वस्त्रहीन देहावर
उपेक्षेची वारुळं घेऊन फिरणारी,
उपासमारीच्या आगडोंबात
जन्मभर जळलेली.
करपलेल्या कातडीत बांधलेली ती एक
म्हातारी
डोक्यावरून ओघळणारा
सफेत काथ्याचा संभार,
सात जन्माचे भयभीत भिकारीपण
मुद्रेवर साचलेले,
उघड्या छातीवरील
उद्ध्वस्त स्त्रीत्वाचे अवशेष...
माझे मित्र म्हणत होते
        पार्लमेंटमधील अमूक ठराव
        साहित्यसंमेलनातील तमूक परिसंवाद
आणि माझं मन म्हणत होतं
        जे समोर दिसतं आहे
        ते असंच आहे तोपर्यंत
मुंबई पुणे दिल्ली काशी कलकत्ता
        सर्व निरर्थक आहेत
        नव्हे, घृणास्पद.

कलोजस

तो व्ही. टी. वर असतो
तेव्हा कोणीच नसतो,
अस्तित्वाच्या फांदीला लोंबणारा
चुरगळलेल्या मांसाचा
कंटाळलेल्या अस्थींचा
एक सांगाडा घामेजलेला,
गर्दीची गती अंगावर घेऊन
वहात जातो निर्जीवपणाने
कुर्ल्याकडे,
सांडपाण्यातील किड्यासारखा,
व्यक्तित्वहीन.

पण कुल्र्यातील सिंगल रूममध्ये येऊन
चटईवर, चौपाईवर मरून
तो जेव्हा पुन्हा उठून बसतो
दिवेलागणीच्या प्रकाशात,
तेव्हा तो झालेला असतो
एक प्रचंड कलोजस
बाप
भाऊ
नवरा...
पेटलेल्या चुलीचा स्वामी,
छताला टांगलेल्या दिव्याचा
रखवालदार,
अस्तित्वाचे अठरा लगाम
        सांभाळणारा,
अठरा सोनेरी अश्वांच्या पाठीवर
आसूड ओढीत
आपल्या ग्रहमालेचा परिवार
जीवनाच्या अंतराळात
मिरवीत नेणारा एक
साक्षात् सूर्यनारायण!

नदीकिनारी

गावाबाहेरच्या निर्जनात नदीच्या तीरावर
लव्हाळ्याने वेढलेल्या खडकावर बसून
तो पाहत होता अविचल
सायंकालीन सावल्यांत मालवणाऱ्या प्रवाहाकडे
विझणाऱ्या झाडांकडे आणि सूर्यास्ताचे स्मरण
काळजात खोचून ठेवणाऱ्या ढगाकडेही.
त्या धूसर वातावरणात हरवला होता तो
पंखातून गळलेल्या पिसासारखा, असंबंधित.
मी त्याला विचारले :
तू कोण आहेस ?
तो हसून उत्तरला भानावर आल्यासारखा
मी तूच आहे —
आपण अविभक्त आहोत आणि तरीही
(तुजमजमध्ये परी केवढी आहे रुंद दरा रे)
आपण दुभंगलो आहोत अपार अजिंक्य अंतराने.
तू तुझ्या वाटेने जा
क्षितिजावरील त्या दिव्यांच्या रोषणाईकडे
संमर्दाकडे, स्मितांकडे, चक्रांच्या गतीकडे
मी येथेच बसून राहणार आहे
या खडकावर — कालातीत

पुतळा

माझ्या या युगाइतके
इतिहासातील कोणत्याही युगाने
पेटविले नव्हते रक्तरंजित वैर
परमेश्वराशी.
दिसताहेत मला
सहस्र कट्यारी, ईश्वराच्या मारेकऱ्यांनी
उपसलेल्या,

त्याच्या उरातील रक्त
तांबडे आहे आपल्याप्रमाणे
की पांढरे आहे खाचलेल्या वृक्षांतून वाहणाऱ्या
द्रवाप्रमाणे
हे शोधण्यासाठी आसुसलेल्या.

या कट्यारीचे वार
होत नाहीत त्याच्या देहावर,
कारण त्याची सनातन सवय
आपणच निर्माण केलेल्या दृश्यांतून
अदृश्य राहण्याची
अजूनही कायमच आहे.
या कट्यारी पोचत नाहीत
त्याच्या शरीरापर्यंत
कारण –
ज्या क्षणी विश्व निर्माण करण्याची ऊर्मी
स्फुरण पावली त्याच्या अंतःकरणात
त्याच क्षणाला विसर्जन पावली
त्याची अवघी शरीरता.
परार्ध प्रेरणांच्या ठिणग्या
उधळल्या त्या विसर्जनांतून

काळाची किनार नसलेल्या भयाण
अभावाच्या दलदलीवर
आणि एकेका ठिणगीतून
फुटायला लागले अपूर्व अद्‌भुत कोंब
रूपवान् अस्तित्वाचे
अरूप जाणिवांचे.
आणि तरीसुद्धा—
मीही सामील झालो होतो
या मारेकऱ्यांच्या जमावात
अनेकदा
आणि अजूनही होतो
केव्हातरी.
लाल द्वेषाची पिसे नजरेमध्ये खोचून
लोखंडी क्रोधाचे हातोडे परजीत
मी धावून जातो
मीच निर्माण केलेल्या
त्यांच्या संगमरवरी पुतळ्यावर,
आणि फोडल्यावर तो पुतळा
ध्यानात येते माझ्या
की मी फोडला आहे फक्त संगमरवरी दगड
पाथरवटाच्या कौशल्याने.

थेंब

महासागराचं चरित्र
मला माहीत आहे
माहीत आहे त्याची महतीही,
पण मी राहतो आहे
फुलाच्या पाकळीवर
अवकाशातून उतरलेल्या
दहिवराच्या
एका लहानशा थेंबामध्ये;
मला माहीत आहे हेही
की जगातील साऱ्या थेंबांवर
अंतिम मालकी आहे
महासागराची,
आणि तरीही माझी बांधीलकी
पृथ्वीला वेढणाऱ्या
त्या सीमाहीन महातत्त्वाशी नाही,
ती आहे —
माझ्याच अस्तित्वाने ओथंबलेल्या
स्फटिकाच्या या थेंबाशी;
कारण — माझी बांधीलकी
ज्ञानाची नाही
आहे फक्त प्रेमाची.

असीम

माझ्या खिडकीच्या तावदानापासून
आकाशगंगेतील
सर्वांत दूरच्या ताऱ्यापर्यंतचे
हे असीम निरर्थक,
कालातीत दिशातीत
निरात्म कायद्यांनी जखडलेलं,
परिणत झालं नसतं
माणसाच्या जाणिवेत,
तर हे परमेश्वरा — परम निरर्थकां —
दाराशी बसलेल्या त्या बैलासारखा
मीही राहिलो असतो
केवळ शारीर अस्तित्वाच्या
आल्हाददायक संतोषाच्या
डोहामध्ये डुंबलेला.
पण ते घडलं नाही
आणि म्हणून
या वैश्विक निरर्थकाच्या
एका अणुमात्र कोपऱ्यामध्ये
अर्थाची वसाहत
उभारण्याची जबाबदारी
माझ्यापुरती
शेवटी माझ्यावरच आहे.

किंग केनेडी इत्यादी

असले मथळे
उताणलेले आठ स्तंभांवर
पेट्रोलच्या गुदामावर कलंडलेल्या
जाळासारखे,
कोळपून टाकतात पंख
त्या निराधार
पांढऱ्याशुभ्र पाखरांचे
धडपडून उभे राहातात पाय
पृथ्वीवरील व्यवहारांचे.
भयभीत मनाला येते जाग
एका भयानक दरीच्या
अंधारमय तळाशी,
जेथे सुरुवात व्हायची आहे
सुरुवातीचीच,
आणि लाभले नाहीत आकार, रंग,
प्रतिष्ठा
कशालाही.
इतिहासपूर्व दलदलीत माखलेले
दिनोसारचे प्रचंड महासर्प
सरपटतात चारी दिशांतून
आणि रक्ताळलेले ओठ उघडून
करतात एक भयाण
शेवाळलेले हास्य.

शासन

कोणाला शंका असेल
पण मला निश्चित माहीत आहे,
की माझे नाते
नऊ नक्षत्रांच्या मध्यावर
त्यांना आधार
आणि प्रकाश देत असलेल्या
त्या वैश्विक जाळाशी,

सूर्याशी
आहे —
पण केव्हा अंधारल्या घडीला
मीही विसरतो हे नाते
आणि उकिरड्याच्या कडेला बसलेल्या
भिकाऱ्याप्रमाणे
मी हातात कटोरा घेऊन बसतो
लज्जास्पद,
येत्या जात्या पांथस्थाच्या
अनुदानासाठी.
एखाद्या शेवाळलेल्या क्षणाला
मीही विसरतो ते नाते
आणि भुताटकी वाड्यातील
अमावास्या पीत बसलेल्या
विहिरीप्रमाणे
उबवीत बसतो अंतःकरणात
द्वेष मत्सराच्या हिरव्या सर्पांची
चिकट लगदाळी.
एखाद्या विसकटलेल्या दिवशी

मीही विसरतो ते नाते
आणि माझ्या अंगावर ओघळणाऱ्या
हलकटपणावर मात करण्यासाठी
होतो इतका हलकट
इतका
की माझ्या मुखावर चढतो
मी कधीही न मागितलेला
एक भयाण विद्रूप,
दुर्गंधी मुखवटा.
पण हे सारे सूर्यद्रोह
मी करीत असताना, केल्यावर,
माझ्या काळजाच्या आंतरदेशात
धगधगून
पेटून उठते एक विराट जंगल,
आणि प्रकाश न देणाऱ्या
नुसत्या रणरणीत धगीने
भाजून काढते मला
निःसंगपणाने.
हे असते सूर्याने केलेले शासन
आणि त्याने दिलेले आश्वासनही.

पहाडातील देवी

दिवेलागणीच्या ओल्या अंधारावर
लोंबत असलेले
रानकाजवे,
डोंगरपहाडावर आकाररूपाने
अस्तित्वात असलेली झाडे,
डोंगराचे काजळलेले सुळके
आणि अंधारात विलीन होणारे
अभ्रांकित आकाशही,
सारेच आसमंत
पाहात होते अनिमिष नजरेने
आणि गिळीत होते आवंढा
अपार करुणेचा,
जेव्हा आपली गाडी थांबली
घाटमाथ्यावरील
छोट्या देवळाच्या दाराशी.

मी हात धरून तुला नेले
देवळाच्या गाभाऱ्यात
जो कोंदटून गेला होता
एका लामणदिव्याच्या धुराने
आणि शेंदराच्या लेपातून उसळणाऱ्या
देवीच्या उग्र दृष्टीनेही.
दहा पावले चालण्याचा
प्राणांतिक शीण तू विसरलीस
आणि भरलेल्या काळजाने
लोटून दिलंस स्वतःला
त्या मूर्तीच्या पायावर.

मी पाहात होतो
दूरवरच्या दरीतील
रेलरस्त्यावर जळणाऱ्या दिव्यांकडे
जेव्हा चालली होती तुझी पूजा.
'चला आता' —
प्रसादाचा अर्धा नारळ
तू माझ्या हातात दिलास
आणि म्हणालीस —

‘या पहाडातल्या देवी
मोठ्या जागृत असतात हो.
त्या राहात नाहीत
नवसाला पावल्याशिवाय.’
माझे रिकामे मन
आस्तिकतेच्या भावनेने
तुडुंब ओथंबून गेले
आणि भोवतालच्या सर्व विश्वाला
उद्देशून
मी निःशंक श्रद्धेने उद्गारलो —
‘पावतील
नक्कीच पावतील,’
पण त्या पहाडांनी
त्या आकाशाने
त्या झाडांनी
नव्हे, त्या काजव्यांनीही
मला साथ दिली नाही.
कारण — कारण —
त्यांना माहीत होते.

स्वयंभू

आतल्या घराकडे पाहत
तो उद्गारला,
आत एकदम अंधार कसा?
मी म्हटलं,
हा अंधार अनेक वर्षांपासूनचा.
तो म्हणाला,
हे अनैसर्गिक आहे.
या काळात कधी प्रकाश इथे उगवलाच नाही?
उगवला — मी म्हणालो —
खूप उगवला
जागोजाग उगवला
रंगीबेरंगीही उगवला,
पण तरीही हा अंधार
कायमच होता
आणि आहेही;
कारण हा अंधार म्हणजे
प्रकाशाचा अभाव नव्हे
तो स्वयंभू आहे
भिंतीतून झिरपणारा.

ज्योतीराव

तुमचा देहाकार पुतळा
ज्योतीराव, आज राजधानीत
राजधानीच्या गर्भागारात
थाटानं उभा राहिला —
आनंद वाटला.
टाळ्यांनी गजरलेली भाषणं
हारतुऱ्यांच्या राशी
(हे तुमच्या समाजाला प्रोत्साहनच)
वृत्तपत्रांतून फोटो, स्फुटे, इत्यादी —
हेही आनंददायकच.

ज्योतीराव परवडत नसले तरी
त्यांचे पुतळे आम्हाला परवडतात
आणि वर्षातून एकदा
घनघोर आठवतात
लांबरुंद लफ्फेदार भाषणांसाठी —
‘हेही नसे थोडके.’
जेव्हा ज्योतीराव,
चंद्रसूर्य मावळतात,
तेव्हा त्या घनांध काळोखात
काजव्यांनाही
प्रकाशदाते म्हणावं लागतं.
थांबा — ज्योतीराव,
तुमच्या हातातला आसूड
असा क्रोधानं उगारू नका...
तुमचं सारं सत्यशोधन
गावागावातल्या भिंतींवरती
कोळिष्टकासारखं
चढून बसलं आहे.
मान्य आहे...
जातीयतेवर पहिला
वज्रकठोर प्रहार करणारं

तुमचं महर्षीपद
आम्ही माळ्यांच्या जमातीत
रेटलं आहे,
मान्य आहे ...
तुम्ही दिलेले प्रकाशकिरण
सत्तालालसेच्या गटारात
आम्ही फेकले
आणि तुम्हाला केले
फक्त भोई
सरंजामी पालख्यांचे,
मान्य आहे...
पण एक लक्षात ठेवा, ज्योतीराव,
तुम्ही आता फक्त
पुतळा आहात,
पुतळ्यांना अधिकार नसतो
संतप्त होण्याचा,
भोवतालच्या व्यवहारात उतरण्याचा,
त्यांना अधिकार असतो फक्त
जयंतीमयंतीच्या हारांचा,
आणि एरव्ही
काकादिक पक्ष्यांच्या
विष्ठाप्रधान सहवासाचा.

भीती

आपण काही काल असतो
आणि नंतर
अनंत काल नसतो
एवढं एकच खरं.
हे अस्तित्व
अल्पकालीन असलं तरी
लक्षावधी प्रकाशधारांनी
वैश्विक काळोखाला कापणारं,
सहस्र मुखांनी
अनुभूतीच्या प्रत्येक स्तनाग्राला
ओठ भिडवून त्यातील मैफल
अधाशीपणानं स्वतःत ओढणारं;
म्हणूनच नसण्याची कल्पना
दशदिशांत पल्लवलेल्या
आमच्या असण्याला सहन होत नाही.
म्हणूनच —
धर्म धर्मग्रंथ आणि प्रेषित
संत मवाली नेते ज्ञाते आणि सैनिक...
सारे सारे जण
नास्तित्वाची भीती मालवण्यात
गुंतलेले.

वसा

द्वेषाच्या
निखारलेल्या ढगांचं स्वागत
मी अनेकदा केलं आहे
— अजूनही करीन
त्यातून बरसणाऱ्या
तांबड्यालाल दाहक धारा
मी आवेगानं
अंगावर घेतल्या आहेत.
— अजूनही घेईन.
पण पृथ्वीच्या मातीतून
वाहणाऱ्या द्वेषाच्या पाणलोटांनी
जर अखेर घेतला नाही
वसा त्या मातीचा
प्रेमाचा,
तर माणसाचं नातं तुटेल
पृथ्वीशी आकाशाशी,
आणि तो लोंबू लागेल निराधार
त्रिशंकूसारखा
एका भेसूर निरालंबात.

झोपेन माताजी

झोपेन माताजी,
या बिछान्यावर झोपेन
आणि त्याही बिछान्यावर झोपेन.
त्या बिछान्यावर झोपेन, माताजी,
तेव्हा तो असेल तुमच्या हिशेबी
फक्त एक तांबड्या शाईची रेघ
केसपेपरच्या तळाशी मारलेली—
इथे औषध संपलं.
नगरपालिकेच्या दफ्तरातील
एक नोंद—
एक मतदार संपला.
...एक गिऱ्हाईक संपलं
एक दोस्त संपला
एक बाबा संपला एक दादा संपला
एक हा संपला अन् एक तो संपला.
एक माणूस संपला
एक आकाश संपलं
एक पृथ्वी संपली
हे कोणालाच जाणवत नाही.

आणि हीच दुनियेची
ताकद आहे, माताजी,
माणसं मिटली तरी
संबंध चिरंतन असतात.
म्हणून आपण
थडग्यावर झाडाची फुलं वाहतो
आपली मनं वाहात नाही.
जगणं हे सार्वभौम असल्यानं
मरण शरमिंदं होऊन
सरपटत राहतं काही काळ
निवडुंगातून फिरणाऱ्या
जखमी नागासारखं,
फक्त —
माळ्याच्या दुकानात
वाचनालयाच्या कपाटात
जयंतीमयंतीच्या जांभयात,
आणि कदाचितच, माताजी.
कोट्यवधी माणसांतील
एखाद्या वेडपट जिवलगाच्या
आठवणीत —

('आनंद' नाटकातून)

सीमा

हा अंतस्थ संघर्ष
सहस्र सीमांचा—
प्रत्येक सीमा झुंज देत
मला आडवते
आणि अखेरी वाटही देते
पुढील सीमेपर्यंत जाण्यासाठी.
सर्व सीमांवर मात करीत
मी अखेर येऊन ठेपतो
एका निःसीम
वैश्विक शून्याच्या अंतराळात
जेथे माझ्या अस्तित्वाचा
आशय आणि आकारही
विरघळून जातो;
मग मी भयानक एकाकी, निरालंब
आणि भयभीत
पराभूत शरमिंदा होऊन
पुन्हा धावत जातो माघारी
माझ्या परिचित मातीतील
त्या सहस्त्र सीमांकडे
त्यांच्या संघर्षांकडे.

गाभारा

दर्शनाला आलात?
या —
पण या देवालयात
सध्या देव नाही.
गाभारा आहे, चांदीचं मखर आहे,
सोन्याच्या समया आहेत,
हिऱ्यांची झालर आहे —
त्यांचंही दर्शन घ्यायला
        हरकत नाही.
वाजवा ती घंटा
आणि असे इकडे या —
पाहिलात तो रिकामा गाभारा?
नाही — तसं नाही —
एकदा होता तो तिथे.

काकड आरतीला उठायचा
शेजारतीला झोपायचा,
दरवाजे बंद करून
बरोबर बाराला जेवायचा,
दोन तास वामकुक्षी घायचा,
सारं काही ठीक चाललं होतं.
रुपयांच्या राशी
माणिकमोत्यांचे ढीग
पडत होते पायाशी,
दक्षिण दरवाज्याजवळ
मोटारींचे भोंगे वाजत होते,
मंत्रजागर गाजत होते,
रेशमीं साड्या, टेरीनचे सूट
समोर दुमडत होते,
बँकेतील हिशेब हरिणाच्या गतीनं
बागडत होते,
सारं काही घडत होतं
        हवं तसं.
पण एक दिवशी — आमचं दुर्दैव —
उत्तर दाराजवळ अडवलेला
कोणी एक भणंग महारोगी
तारस्वरात ओरडला —

‘बाप्पाजी बाहेर या!’
आणि काकडआरतीला
पहाटे आम्ही पाहतो
तो गाभारा रिकामा.
पोलिसात वर्दी
आम्ही दिलीच आहे;
परत ? कदाचित् येईलही —
पण महारोग्यांच्या वस्तीत
तो राहिला असेल
तर त्याला पुन्हा
        प्रवेश द्यावा की नाही,
याचा विचार करावा लागेल
        आमच्या ट्रस्टींना.
जयपूरला पत्रव्यवहार चालू आहे
दुसऱ्या मूर्तीसाठी.
पण तूर्त
गाभाऱ्याचं दर्शन घ्या,
तसं म्हटलं तर
गाभाऱ्याचंच महत्त्व अंतिम असतं.
गाभारा सलामत
        तो देव पचास.

देहूचा वाणी

देहूचा वाणी
मी पाहिला होता एकदा
त्याच्याच
पाणनिळ्या शब्दांच्या
नितळ सरोवरात,
माघरात्रीच्या आकाशासारखा
उमटलेला.

तो नव्हता सिनेमानाटकाच्या तजबिरीत
दाखविलेला
कोणा मंबाजीच्या द्वेषात अडकलेला
चंदेरी पोलादासारखा तुळतुळीत,
शालेय भिंतीवरच्या सुभाषितांनी
चितारलेला
रंगीत बेलबुट्टीमध्ये बसविलेला
सपाट आणि गुळगुळीत,
अथवा वारकऱ्यांच्या दिंडीसमोर
हात उभारलेला
टाळमृदुंगांच्या एकेरी लयीत हरवलेला
दुलदुलीत कणाहीन आणि भाबडा;
तो दिसला मला —
दृष्टीला उसण देणारा एक प्रचंड विस्तार,
निळ्याजांभळ्या मेघांचा विराट मेळावा
सहस्रावधी विजांचे आणि वादळांचे
पंख पालवीत,
इंद्रधनुष्यांचे रसरशीत तुकडे उधळीत
अंतराळातील शून्याच्या साम्राज्याला
प्रखर अस्तित्वाची देणगी देत
अनंताच्या रहस्यमय मंदिराकडे
मार्गक्रमण करणारा.

तळघर

ती हसत हाती — सैरभैर —
तेव्हा त्या हास्याच्या पायऱ्या उतरून
मी खाली गेलो — खोलवर
आणि पोचलो
        एका तळघराशी.
तळघर होते सुबक
संगमरवरी
ताजमहालाच्या तळघरासारखे;
आणि तिथल्याप्रमाणेच इथेही
होती एक —
छोटीशी कबर
गुलाबाच्या पाकळ्यांनी झाकलेली,
धुपाच्या दाट सुगंधात वेढलेली
झुलत्या दिव्याच्या, मंद प्रकाशात
संध्याकालीन पाणकमळासारखी
मिटून पडलेली.
आणि मग माझ्या लक्षात आले
तिचे सैरभैर हसणे
म्हणजे एक
        ताजमहालच होते.

बऱ्यापैकी

मी एका बऱ्यापैकी घरात राहतो आहे
बऱ्यापैकी खुर्चीत बसतो आहे
आणि बऱ्यापैकी विचार करतो आहे.
बऱ्यापैकी विचार करताना —
मला आठवते संध्याकाळी पाहिलेली
एक झोपडवस्ती.
घासलेटी दिव्यांतून उसळत होते
कळकट धुराचे जाहीरनामे
माणसांच्या आणि वस्तूंच्या अधोगत अर्थशास्त्राचे.
हातभट्टीच्या वासाने शेवाळून गेले होते आभाळ
जागोजागच्या अंधारात सळसळत
        होत्या भेसूर सर्पिणी
मार्गस्थांना डंख मारण्याची केविलवाणी खटपट करीत,
तळणाच्या हातगाड्या... शिवराळ आरोळ्या...
भडकणारे डोळे...
आणि झाडावरून गळलेल्या पानाइतक्या
अलिप्तपणाने पलीकडे मरून वा मरत पडलेला
एक माणूस — कोणी एक.
बरोबर असलेला माझा बऱ्यापैकी मित्र म्हणाला :
हे गदळ उकिरडे जाळले पाहिजेत
ही माणसं मारली पाहिजेत.
मी जरा विचार केला आणि म्हटलं :

आपल्या अहिंसेचं काय ?
तो म्हणाला : अहिंसा बऱ्यापैकी आहे
पण तिचा येथे सवाल नाही,
सवाल आहे तुम्ही आम्ही जिवंत राहण्याचा
आपली संस्कृती टिकविण्याचा,
हे बचनागी पाणलोट जर असे मुक्त वाहू लागले
तर आपली शहरे पाँपीसारखी नामशेष होतील,
कुलीन बायकांच्या वेश्या होतील
माणसांचे मवाली होतील;
कारण जे कमअस्सल आहे ते खेचीत असते नेहमी
आपल्या उबट सतरंजीवर अस्सलाला
जनावरी जीवनाच्या हीन पातळीवर
त्याचा नायनाट करण्यासाठी...
मी बऱ्यापैकी विचार केला आणि म्हटले :
तुम्ही म्हणता ते बरेच बरोबर आहे.
पण आत्ता या बऱ्यापैकी घटकेला
असे वाटते की —
तसे सगळे घडले तरीही बरंच होईल
कारण माणसं कशी जगतात यापेक्षा
माणसं जगतात
हे अधिक महत्त्वाचं, अधिक खरंही.
अर्थात हा एक बरा नसलेला विचार
बऱ्या घरात
आणि बऱ्या खुर्चीत सुचलेला.

दिवे

चंद्राचं चांदणं
आमच्या वस्तीवर
केव्हा पडतच नाही.
आकाश अंधारून आलं
की लोखंडी खांबावरील
म्युनिसिपल दिवे
तटस्थतेने पेटतात
आणि वस्तीतील घराघरात
झोपडीझोपडीत
सुरू होते वेताळनाट्य
अत्याचारांचे
उपासमारीचे, बलात्काराचे.
सुंदराची साथ करणारा चंद्र
आमच्या आकाशाला
सततचाच अनोळखी,
या आकाशावर
रात्रभर अधिराज्य असते
ते या पिवळ्या म्युनिसिपल दिव्यांचे
ज्यांच्या स्थितप्रज्ञ दृष्टीला
समान असतात
माणसांचे समूह
आणि कचऱ्यांचे उकिरडे.

वनवासी

हे तर उघडच आहे
की माणसाला लागतात सुंदर बंगले राहायला
सुखकर स्पर्शाचे कोच
दिवाणखान्यात रेलायला,
शेजघरातील उंची पलंग
तो झाकणारी मच्छरदाणी
रुपेरी पडद्यावरील मुलायम चेहरे
आणि मुद्रिकांवरील गुळगुळीत गाणीही.
संस्कृतीने निर्माण केलेल्या
हजारो सुखांच्या सागरातून
पोहत जातो मानव नावाचा मासा
पण पुष्कळदा सुखाशिवाय.
सवयीचेच सुख होते
तेवढेच त्याच्या पदरात पडते.
पण अंतरंगात
भकास रिकामे राहाते
ग्रीष्माने जाळलेल्या तळ्यासारखे
एक लहानसे वर्तुळ,
जे कशानेच भरत नाही,
द्रौणीच्या कपाळावरील जखमेप्रमाणे
जे जपून ठेवते
एक चिरंजीव वेदना
वनवासीपणाची.

संशोधक

ज्या संताने
परमेश्वराच्या महाकाव्याला
'आई' म्हणून प्रथमतः हाक घातली,
ज्याने पाहिले त्याच्या स्वरूपात
जन्मदात्रीचे निःस्वार्थ हात
वत्सल स्तन
आणि श्रांताचे मस्तक जोजविणारा
कोमल अंकप्रदेश,

ज्याने आणली त्याच्या आंतरजीवनातील
प्रसूतीची लालगर्भ वेदना
हर्षाच्या उत्सवाने वेढलेली,
ज्याने कल्पिली त्याच्या आकाशित नेत्रांमध्ये
दूध पिणाऱ्या वत्सावर रुतलेली
ओलसर नजर
स्वतःच्या मायेनेच शिणलेली,
तो होता मानवजातीचा
सर्वश्रेष्ठ कल्याणकर्ता संशोधक.
कारण माणसाच्या चिरंतन एकटेपणाला
त्याने दिली आहे एक आई
अंधारातून हाक मारायला,
दिला आहे एक वत्सल पदर
धुळीने माखलेले तोंड लपवायला,
मायेने थरथरणारा एक हात
जखमांतील रक्त टिपायला,
एक निरांजनी नजर
आमच्या लांबलचक रस्त्यावरती
उजेडाचे सोनपाणी शिंपायला.

वसंतपक्षी

हिरव्या पंखांना
अरुणोदयाची किनार असलेला
वसंतपक्षी —
चैत्राचे आंबेवन घेऊन
उतरला आहे
माझ्या तळहातावर
आणि ओढून लांबवू बघतो आहे
त्यावरील आयुष्यरेषा
लालबुंद चोचीने.
नाही रे लाडक्या पांथस्था
पक्षी जर
परमेश्वर असते
तरच ...

स्वायत्त

तुझ्या संतप्त शब्दांचा स्पर्श
तुझ्या ओठांनी नाकारला
आणि तटस्थ स्वायत्ततेने
ते थरथरत राहिले
माझ्या ओठांकडे
        झेपावण्यासाठी.

विदूषक

तू
एक घनदाट अरण्य
निबिड देहतेचं
छायामय आत्मतेचं,
ज्यात मी भ्रमत आहे
अगतिक दिशाहीन,
मुक्ततेचं आश्वासन देणारे
        उन्हाचे कवडसे शोधीत;
मला गवसत नाहीत कवडसे
आणि मुक्ततेचा मार्गही
अखेर मी होतो
अरण्यातील विदूषक,
लफ्फेदार झाडांना,
त्यांना बिलगलेल्या नटखट वेलींना
मनसोक्त हसवणारा.

येणं जाणं

आल्या आल्या म्हणतेस, आता
पुन्हा कधी जाणार नाही,
जाता जाता म्हणतेस, आता
पुन्हा कधी येणार नाही.
        येणं जाणं कुणास ठाऊक
        घडेल कसं
        वाऱ्यावरती तरंगणारी
        सारीच पिसं
नसतानाही भरपूर असतेस
एवढंच तुला कळणार नाही

राणी
(बुद्धिबळाच्या पटावरील एक शोकान्तिका)

तुला काळजाशी घेऊन
मी शंभर वेळा
सांगितलं होतं तुला
की तुझी जागा तू सोडू नकोस,
कधी सोडलीस तर
तिरपी जाऊ नकोस,
जरी तिरपं जाण्याची मुभा
दिली आहे तुला
        विधात्यानं.
पण अखेर डाव असा पडला
की तिरप्या रेषेत
दूरवर उभ्या असलेल्या
बेसावध बिशपला
घायाळ करण्याची प्राणांतिक उबळ
तुला आली;
आणि अविचाराच्या दुर्दम गतीने
तू धावून गेलीस तुफानासारखी
त्या महंताच्या असावधपणावर,
सहजतेनं त्याची हत्या करून
उभी राहिलीस त्याच्या रिकाम्या जागेवर

विजयाचं विषारी हास्य हवेवर पेरीत.
पण तुझ्या हास्यातील उन्माद
पटावर ओघळून पडण्यापूर्वीच
—तुला कळलंच नाही —
एक क्षुद्र प्यादं
पुढे सरसावलं
इतर दोन प्याद्यांच्या जोरात,
आणि तुझ्या आरस्पानी गळ्यावर
त्याने भिरकावला
एक भीषण दयाहीन फास
आपल्या असंस्कृत मूल्यहीन
सामर्थ्याचा.
आता विफल आहे अभागिनी,
तुझं सौंदर्य
तुझं सिंहासन
तुझ्या पदक्षेपात गुंतलेली
        माझी अपेक्षाही.
तीन प्याद्यांनी चिरडलेलं
तुझं शव
पडणार आहे पराभूतपणानं
त्या अटळ खोक्यामध्ये
तू मारलेल्या
बिशपच्या शवावर.

पराभवासाठी

पहाटरात्रीच्या रहस्यजड अंधारात,
आकाशात उतरलेल्या
चंद्रकोरीतून झिरपणारे इंद्रनील पाझर पिऊन,
स्वतःशीच बारीक थरथरतात,
मंद्रात झंकारतात,
घनदाट जंगलातील
टेलिग्राफच्या खांबावरील
आत्ममग्न तारा —

उंच घुमटाच्या कडेला बिलगून
नि:स्तब्ध झोपलेले
कोणी एक एकलकोंडे पाखरू,
एकांतावर कोरलेल्या
अचेतन चित्रासारखे,
अकस्मात चाळवते
अंतरंगातील काही आग्रही आवेगाने,
स्वप्नात ऐकलेल्या एखाद्या हाकेने
आणि क्षणार्धात
पंखांची शिडे उकलून
सरळ झेप घेते आकाशात —

अशीच जाग येते केव्हातरी
संस्कृतीच्या अंधारात रुतलेल्या
माझ्या मनाला :
ते थरथरते टेलिग्राफच्या तारांसारखे,
मंद्र झंकारते स्वतःशी
आणि उडून जाते त्या पाखरासारखे
जीवनाची साचल नसलेल्या
पहाटेच्या रहस्यजड आकाशात
एका अटळ पराभवासाठी.

मेणा

पहाट ताऱ्यांच्या खांद्यावरून
येतो आहे एक मेणा
माझ्या दाराशी,
केशरकिरणांच्या पडद्याआड
ज्यात बसलेले असेल
एक कोकिळगाणे.

विशेषणे

आमची संस्कृती —
वक्ता सावेश म्हणाला,
उदार, न्यायी, नैतिक, सात्त्विक
इत्यादी... तिचा —
जयजयकार असो
सर्व सभाजन गरजले.
तेवढ्यात एक अनामिक उठला
म्हणाला, जयजयकार
जरूर असो,
पण या प्रत्येक विशेषणाखाली
एकेक प्रेतागार आहे
तेही आपण शोधले पाहिजे.
उत्तम — सभाजन ओरडले,
प्रेतागाराचा शोध
प्रेत झाल्याविना घेता येत नाही.
हा शोध आम्ही
तुझ्यावरच सोपवितो.
सभाजनांनी त्या अनामिकाचे
प्रेतात रूपांतर केले
आणि उदार, न्यायी इत्यादी
विशेषणांच्या सरणावर
त्याला जाळून टाकले.

मूलभूत

असे ऐकले आहे —
की माकडाच्या एका जातीपासून
उत्क्रांत झालो आहोत
आम्ही
म्हणजे आपण सारेच.
ही लफ्फेदार माणसे
रंगीत शब्दांच्या मखरांत बसून
आपल्यावर राज्य करणारी —
ही हवेलीदार माणसं
हिऱ्यांची बटने चाळवीत
टेलिफोनवर
लाखांचे वायदे करणारी —
ही ही — माणसंच
गोणपाट नेसून
रस्त्यावर कोलमडणारी —
दिवाणखानी पंख्याच्या खाली
केळीच्या खांबासारखी
समृद्धीत उगवलेली हिमगौरी,
आणि रातकाळ्या स्तनावर
दातनक्षी कोरणाऱ्या बालकाला

पिवळ्या स्मितांचे स्नान घालणारी
भिकारीण —
लेखण्या चालविणारी
समशेरी परजणारी
साक्षात्काराच्या धुक्यात हरवलेली
आणि आध्यात्मिक कफनीत
सुखावलेली —
या सर्वांच्या पाठीशी
उभी आहे एक भव्य तसबीर —
— दृष्टीला न दिसणारी —
आपल्या महापूर्वजाची;
म्हणजे वरच्या फांदीला
पुढच्या पायांनी
धरू पाहणाऱ्या
एका विशालकाय मर्कटाची
या महापूर्वजाला
आपण नाकारलेले असले
तरी त्याने मात्र
आपल्याला नाकारलेले नाही.
तसबिरीच्या चौकटीवर हात ठेवून
तो सतत सांगत असतो
तुम्ही खूप विविध झाला आहात
पण मूलभूत मात्र
मीच आहे.

संस्कृती

अखेरतः
संस्कृती म्हणजे
माझ्या मनाचं सामर्थ्य
जे अपार आहे
त्याला किनारा घालण्याचं.
विश्वात्मक ईश्वरतेला
मंदिराचा... मूर्तीचा...
मृत्यूच्या अतीर सागराला
मोक्षाचा... भक्तीचा...
प्रेमाच्या मुक्त ऊर्मीला
नात्याचा... सक्तीचा...
ही संस्कृती
मला तारते आहे
मारतेही आहे.

अगतिक

मी जाणतो,
निर्मितीच्या उषःकाली
अगणित नक्षत्रांनी गजबजलेले
हे विश्व
एखाद्या विराट सहस्रदली
कमल पुष्पासारखे
रूपरंगाचे संगीत शोधत
जेव्हा अभावातून वरती आले,

तेव्हाच
त्याच्याबरोबर उगवला
अजिंक्य कायद्याचा
एक प्रचंड देठही,
न तुटणारा,
न पालटणारा;
या कायद्याच्या सार्वभौम सत्तेत
आकाशगंगेतील असंख्य सूर्यांबरोबर
आम्हीही फिरतो आहोत
एका अपरिहार्य, निर्दय
अगतिक गतीने;
या गतीलाच
आम्ही नाव दिले नियती
आणि त्या कायद्याच्या भोवती उभारले
एक संगमरवरी देवालय,
पण अखेरतः
हे आवश्यकच आहे.

समाधान

जयंतीच्या
        उत्तररात्री
सर्वत्र सामसूम झाल्यावर
        पुतळ्याने
        झटकून टाकले
        अंगाखांद्यावर साचलेले
        असंख्य नमस्कार
आणि तो पुटपुटला :
सुदैवानं
        पुढील जयंतीपर्यंत
मला फक्त
कावळेच
सहन करावे लागतील.

हिंमत

बातमी ऐकलीत ना?
राजधानीतील
सिंहासनाचे सिंह
राजकारणाला वैतागून
जंगलात पळून गेले आहेत,
आणि आता
शोध जारी आहे
अन्य प्राण्यांचा
तसे अर्जदार खूपच आहेत
पण
कुंभाराच्या सेवेला विटलेले
दोघेजण
आत्मविश्वासाने सांगताहेत :
फक्त आम्हीच —
कारण
वृत्तपत्रांचे अंक
त्यातील अग्रलेखांसह
चावून गिळण्याची
आणि पचविण्याची हिंमत
फक्त आमच्यातच आहे.

अखेर कमाई

मध्यरात्र उलटल्यावर
शहरातील पाच पुतळे
एका चौथऱ्यावर बसले
आणि टिपं गाळू लागले.
ज्योतिबा म्हणाले,
शेवटी मी झालो
फक्त माळ्यांचा
शिवाजीराजे म्हणले,
मी फक्त मराठ्यांचा.
आंबेडकर म्हणाले.
मी फक्त बौद्धांचा.
टिळक उद्गारले,
मी तर फक्त
चित्पावन ब्राह्मणांचा.
गांधींनी गळ्यातला गहिवर आवरला
आणि ते म्हणाले,
तरी तुम्ही भाग्यवान.
एकेक जातजमान तरी
तुमच्या पाठीशी आहे.
माझ्या पाठीशी मात्र
फक्त सरकारी कचेऱ्यांतील भिंती!

तेव्हाच

तुम्ही पेटवलेले
    लक्ष आकाशदिवे
कोसळून पडत आहेत
    धुळीमध्ये
आणि जुनाट वृक्षांवर
लोंबणाऱ्या वेताळांची
    उपासना करणारे शाक्त

तुम्ही उभारलेले
संगमरवरी स्तंभ
कुऱ्हाडींनी तोडीत
फिरत आहेत सर्वत्र.
पण हे होणारच होतं
अपरिहार्यपणे.
हे जाणले होते फक्त
त्या एकाने
तेव्हाच, जेव्हा पृथ्वीच्या आकाशात
तुमच्या मुकुटातील हिरे
झगमगत होते
सूर्यकिरणांसारखे.
तुमच्या सार्वभौम सत्तेला
नकार देत
हजार वणवे अंगावर घेत
तो गरजला होता
एकाकी स्वराने
हा सवाल दयेचा नाही
समराचा आहे.

मुक्त

पिंजरा तोडून
मुक्त झालेला तो पक्षी
— जखमी पंखांतील रक्ताने
हिरव्या भूमीवर
लाल नागमोड उमटवीत
उडतो आहे
आपल्या घरट्याकडे,
कदाचित्
आपल्या मृत्यूकडेही.
पण —
त्याच्याकडे करुणेने पाहणारे
सारे आकाशही
हिरावून घेऊ शकत नाही
रक्तात माखलेला
त्याचा आनंद... अभिमान...
पिंजरा तोडल्याचा.

याच मातीतून

इथे पुरला आहे
परमेश्वर
जो होता मध्याधार
        सर्व धर्मांचा
विविध नावे विविध रूपे
धारण करणारा,

नवसाला पावणारा
पाप पुण्ये विकणारा
दहा माणसांना संत
पण लाखांना सैतान बनविणारा,
पृथ्वीच्या हिरव्यागार
        उन्मेषावर
माणसाचे रक्त ओतणारा,
दुर्बळांचा दावेदार
आणि बलवंतांचा दास असणारा.
पण याच
जागेवरच्या मातीतून
आता उगवतोय
पृथ्वीच्या गर्भातील सत्त्वाची
साक्ष देणारा
एक लखलखीत अंजिरी कोंब
नव्या ईश्वरतेचा,
जिथे पर्यायी नाव
नास्तिकताही असू शकेल.

कावळे

सारेच
काळेकभिन्न
रस्ता आकाश
सूर्य
सूर्याचा प्रकाश
घरे
रस्त्यावर भेटणारे
ओळखीचे चेहरे
सर्व वस्तुजात
काळेकभिन्न,
फक्त
त्या झाडाच्या
काळ्या सांगाड्यावरून
माझ्याकडे
नजर रोखून पाहणारे
ते भयग्रस्त कावळे मात्र
चुन्यासारखे
पांढरेफटक पडलेले.

आशा

आभाळ
ढगांनी गच्च दाटलेलं,
निराशय निरुद्देश
आथिलेपणात गोठलेलं,
सारं वस्तुजात
अचेतन भावहीन
शून्यस्थितीत साचलेलं,
पाखरं म्हणावीत
तर ती भयग्रस्त
कोटरात दडलेली,

सूर्याची ज्वलनं म्हणावीत
तर ती पराभूत
अभ्रामागे अडलेली,
तुफानाची तांडवं मागावीत
तर ती डोंगदऱ्यांत
मूर्च्छित पडलेली,
ना स्वर ना साद
ना गीत ना नाद
आकाशधरेतील
अवघे प्राणतत्त्वच
मालवलेले.
जीवनाच्या
या सर्वस्पर्शी पराभवात
आशा
आव्हान
आहे एकच — एकमेव —
झुडपाझुडपामधून बागडणारे
ते राजवर्खी पंखांचे
एकुलते
फुलपाखरू.

माउंट अबू

हा सूर्य तो नव्हे
जो मी मावळताना पाहिला
माझ्या गावाच्या माळावर
गोदेच्या तीरावर,
किंवा तोही नव्हे
जो उतरला समुद्राच्या अथांगात
कारवार गोव्याच्या बीचवर,

नर्मदेच्या घाटावर
अनेक डोंगरांवर
अनेक क्षितिजांवर,
तो हा नव्हे — हा सूर्य
आहे खास राजस्थानी
शंभर सरोवरांच्या निळ्या जांभळ्या
रुजाम्यावरून चालत आलेला,
एकलिंगजीच्या दाराशी विसावलेला
दिलवराच्या संगमरवरी स्वप्नात
हरवलेला
हळदीघाटाच्या पिवळ्या मातीत
माखलेला,
दुर्गांच्या उद्‌ध्वस्तातून ओघळलेला
हा सूर्य—
— केशरी पागोटे किरमिजी फरगोल —
होतो आहे अदृश्य —
अलगद — वरच्यावर —
सोनेरी धुळीच्या कालसागरात
या भूमीच्याच
इतिहासासारखा.

तेथे

शतशः
कुर्निसात —
मी तिथे जन्मलो असतो
तर राहिलो नसतो
सहनशील इतकाही.
इंग्रजांनी तर नाकारलं होतं
फक्त माझं नागरिकत्व,
माझ्या भूमीशी असलेला
माझा संबंध स्वामित्वाचा
माझ्या नियतीशी असलेला
माझा संबंध — स्वातंत्र्याचा,
आणि तरीही
मी अशांत होतो
सर्वस्व हरवल्यासारखा.
पण तिथे?
तिथे नाकारलं गेलं असतं
माझं मूलभूत माणूसपण,
आणि मी लोटला गेला असतो
कुत्र्यांच्या आणि डुकरांच्या
जनावरी पातळीवर
जेथे धर्म नीती देश स्वातंत्र्य
साऱ्याच संज्ञा अर्थशून्य होतात.

फूल

या भयाण
सीमाहीन
काळोखाच्या अपारावर
उमललं आहे
एक सुंदर फूल
— आणि एकच :
प्रेमाचं.

ते नसतं तर
प्रत्यही उगवणारा
मावळणारा
हा सूर्यसुद्धा
झाला असता
एक काळोखपुत्र
अर्थशून्य.
काळाचा
विश्वात्म प्रवाह
वाहात राहिला असता
किनाऱ्याशिवाय;
आणि देवळात
रूपवान झालेला देवही
भ्रमत राहिला असता
स्वतःच्या निर्मितीत
अनुच्चारित
शब्दासारखा.

तर —

सुंदर शब्दांचे भरजरी शेले
मी अद्यापही विणू शकतो
— इतक्या दीर्घ साधनेनंतर
शब्द बिचारे अगतिक होऊन
बसलेले असतात
ध्वनीचे जरतारी झगे सावरीत
आदेशाची वाट पाहात
आपल्या उंबरठ्यावर
पण आता तेच — निदान तेवढेच —
नकोसे झाले आहे.
संस्कृतीच्या शामियान्याबाहेर
उभ्या असलेल्या दूरस्थापर्यंत,
नीतीतील अनीतीपर्यंत
मानवातील अमानवापर्यंत,
ते जर पोचू शकत नसतील
तर अर्थशून्य आहेत
हे शालूशेल्यांचे कारखाने.

अनामंत्रित

तुझी ही मुलखावेगळी क्रीडा
मला समजत नाही.
मेघमालेला स्वर भिडवून
सहस्र दीपांच्या प्रकाशात
महोत्सवाच्या मंडपातून
मी तुला आवाहन केले
तेव्हा तुझा सोनेरी रथ
तोरणांनी शृंगारलेल्या रस्त्यावरून
रिकामाच गेला.

उरातील असह्य जखमा
हाताने दाबून
रक्तरंजित रस्त्याने मी धावत आलो
सहाय्याची याचना करण्यासाठी
तुझ्या दाराशी,
तेव्हा मी पाहिली क्षितिजावर
फक्त तुझी सावली
माझ्याकडे पाठ फिरवून
निर्दयपणाने
अंधारात अदृश्य होणारी.
आणि आता
या मृत्युयात्रेत मात्र
जेव्हा माझ्या शून्यारलेल्या मनात
तुझ्या अस्तित्वाची
यादही नसते,
तेव्हा
सर्वांकडून दुर्लक्षित असा तू
माझ्या खांद्यावर हात ठेवून
माझ्याबरोबर
अनामंत्रित
चालत आहेस.

धुवांधार

ही तुझीच करुणा
माझ्यावर धुवांधार बरसते आहे,
        कोणाच्या शब्दातून
        कोणाच्या स्पर्शातून
        कोणाच्या नेत्रातून
आसवातून हुंदक्यातून स्मितातून
        व्यक्तातून
        आणि अव्यक्तातून;
आणि तुझ्या शोधार्थ
        शिणलेल्या माझ्या जाणिवा
        उभारीत आहेत
        तुझे अंतिम आकाशगामी देवालय
माझ्या अस्तित्वावर
पाझरणाऱ्या
या दुधाच्या
        प्रत्येक थेंबावर.

राधा

त्रिकालाबाधित
पुरुषमनातील
युगयात्रिक
आकांक्षा.

नवथर अनभिज्ञ
वेणुवादनाच्या
पाकळ्या फुलविणारी
रसज्ञता.

त्रिकाळ पाणनागांच्या
प्रतिकारासाठी
किनाऱ्यावरील
प्रोत्साहन.

गौरवाच्या मस्तकी
मुकुट घालणारी
नेत्रातील निःशब्द
भावारती.
जखमांचे रक्त
अस्मितेचे दहन
पापण्यांनी टिपणारी
संजीवनी.

प्रणयात मातृत्व
मिलाफलेला
पुरंध्र ओठांचा
स्पर्शोत्सव.

व्यभिचाराच्या
अदम्य आमंत्रक
साहसदेशातील
मुशाफरी.

समज

आणखी एक —
मी असं समजत होतो
जीवनाच्या आधारशिला
        उधळून टाकणारं प्रेम
मी कोणावरही
        कधीही करू शकणार नाही,
पण तू आपला
        अस्थिमय हात
माझ्या हातात देत होतीस
आणि मृत्यूचे डोह बनलेल्या
आणि तरीही
स्मिताचा प्राणांतिक प्रयत्न करणाऱ्या
डोळ्यांनी
माझ्याकडे पाहात होतीस,
तेव्हां —
तोही समज...

आम्ही सारे —

तसे आम्ही सारेच
दुष्यन्त
कालिदासाच्या संमतीशिवाय.
कुंजात लपून
ऋषिकन्यांचे मधुरालाप ऐकणारे,
भुंग्यांसमोर छाती काढून
देखणा पराक्रम दाखविणारे
आणि मानसिक जनानखान्यातील
शेकडो राण्यांचा समुदाय
बाजूला सारून,
वल्कलात न मावणाऱ्या
कण्वकन्येच्या उमलत्या उरोजांचा,
अनाघ्रात यौवनाचा,
लालस नजरेने
उपभोग घेणारे.

तसे आम्ही सारेच
दुष्यन्त
कालिदासाच्या संमतीशिवाय.
कोणाच्या तरी स्फटिक भावनेवर
त्वचेच्या अभिलाषांचे
लाल महाल बांधणारे,
आणि कोणालाही न दिसणाऱ्या
तपोवनातील पर्णकुटीत
सर्वस्वाचं दान घेतल्यावर,
सर्वांना दिसणाऱ्या
सुसंस्कृत राजसभेत
अ पासून ज्ञ पर्यंत
सगळे काही
निःसंकोच नाकारणारे.
आणि आपलं सद्‌भाग्य हे
की ऋषिकन्यांच्या परित्राणासाठी
वा आपल्या पारिपत्यासाठी
कोणतीही मुद्रिका
(कालिदासाची संमती नसल्याने)
तांबड्या माशाच्या पोटातून
प्रगट होत नाही.

जमीन खानदेशची

या जमिनीवर पाय ठेवताच
मला जाणवतात
साने गुरुजींचे श्वास
जगन्मातेच्या
दुधाळ वात्सल्याने थबथबलेले,

जाणवतो
कोणा दरिद्री शाळेच्या
दुंभगलेल्या पायऱ्या चढणारा
केशवसुतांचा
आत्ममग्न झपूर्झा,

जाणवते स्टीम एन्जिनच्या
राक्षसी चाकांखाली
चिरडले जाणारे
बालकवी नावाचे
तारकांचे गाणे,

आणि मग शरमिंदी होतात
जमिनीला
स्पर्श करणारी पावले.

चंद्र

असे अनेक चंद्र
येऊन गेले
चांदणं देऊन गेले
पण चांदणं देण्यासाठी
त्यांनी मागितलं होतं मोल
माझ्या आकाशाचं.
पण तुझा चंद्र
इतका आत्ममग्न
इतका निःस्वार्थ
की त्याने माझं
आकाश तर राहोच
पण माझा अंधारही
मागितला नाही.

विस्मरण

गुलमोहराच्या
आणि गुलाबांच्या
या रंगालयात संचार करताना
माझ्या सुस्तावलेल्या नजरेला
त्या पूर्वपरिचित माळावरील
निवडुंगाच्या उघड्यानागड्या फडांचे
आणि विद्रूप बाभळींच्या
बनांचे
विस्मरण होत आहे का?
होत असेल तर
त्या बाभळींनी आणि निवडुंगांनी
माझ्या वाटेवर शिंपण करावी
सहस्रावधी काट्यांची
आणि माझ्या पायांना करून द्यावी
आपल्या अस्तित्वाची जाणीव
डोळ्यांना पाणी
व काळजाला जाग येईपर्यंत
— यात वावगे काहीच नाही
कारण बाभळींना आणि निवडुंगांना
काट्यांच्या द्वाराच स्वतःचे अस्तित्व
इतरांपर्यंत पोचविता येते.

तामसी

अदम्य संतापाने
तो तामसी
रस्त्यावरील दिवे फोडीत
पुढे चालला होता,
पांथस्थाने विचारले :
“दिवे फोडून तुला काय मिळतं?”

तामसी उत्तरला :
''अंधार
अंधार हेच विश्वाचे मूलतत्त्व
त्याची प्रस्थापना
करायची आहे मला.''
''पण मग सूर्यचंद्राचे काय?
ते तर अभेद्य आहेत,''
पांथस्थ म्हणाला.
''तेही मी फोडू शकतो,''
तामसी आव्हान स्वीकारून उत्तरला,
आणि स्वतःच्या छातीत
त्याने सुरा खुपसून घेतला.
शेवटचे श्वास सोडताना
तो म्हणाला :
''आता सूर्य-चंद्रही
विझले आहेत — कायमचे
ते पुन्हा कधीही
प्रकाशणार नाहीत
कल्पांतापर्यंत.''

अस्त

हा सूर्यास्त एक
विराट सोनेरी गरुड
निःशब्द गूढ...
पर्वताच्या अंतिम शिखरावर
बसलेला...
लालजांभळ्या मेघपंखांची
अस्वस्थ उघडझाप...
पृथ्वीवर द्रवणारी
ओलसर नजर.
अखेर अंतस्थ
आदेश आल्याप्रमाणे
पंख पसरतो
सर्व आभाळभर
आणि उड्डाण करतो
पश्चिमेच्या क्षितिजाखाली.
आकाशदारी उभी असलेली
शुक्राची चांदणी
स्तिमित होऊन एकटक
पाहात राहते... थरथरते.

हे भारत सैनिका

कोणाला तमा आहे आज
यमकांची आणि छंदांची?
आम्रवनातील कोकिळगीतांचे
ते साजशृंगार
बाजूला सारून,
लक्षावधी जखमांचे तेजस्वी पुंज
अंगावर आकाशाप्रमाणे
        मिरविणाऱ्या,
मृत्यूच्या सहस्रमुखी फण्यावर
पाय रोवून
मानवतेच्या अजेय संकल्पाचा ध्वज

अरुणोदय माखलेल्या
        मेघाप्रमाणे
विश्वांबरात झळकविणाऱ्या,
हे रक्तरंजित
रुद्रपराक्रमी
सत्त्वसमर्थ भारतसैनिका,
माझे शतशः प्रणाम
येत आहे तुझ्याकडे
किनाऱ्याकडे झेपावणाऱ्या
सागरी समीरासारखे
मुक्त —
        अगदी मुक्त!

•   •   •

आकाशात वैनतेय
सागरात वडवानल
भूमीवर वज्ररूप असलेला तू,
तू आहेस कृतान्त पहारेकरी
न्यायशांतीच्या दुर्गावरील.
जेव्हा रवीन्द्रांनी गौरवलेल्या
सोनेरी भूमीच्या नीलाकाशात

संचार करणारी हिमशुभ्र कबुतरे
जहरी बाणांनी घायाळ होऊन
जमिनीवर मरून पडली,
जेव्हा असंख्य माणसांचे रक्त
        पिऊन
उन्मत्त झालेल्या असुरांची पावले
जगज्जेत्याच्या गर्वाने
लांछित करू लागली
त्या सोनार भूमीची माती,
अभद्र वासनांच्या निखाऱ्यावर
        जळलेल्या
सहस्त्रावधी अबलांच्या
असहाय्य आर्त किंकाळ्यांनी
निःशस्त्र आकाश
शरमिंदे झाले,
निवडुंगाच्या फडाफडावर लोंबली
प्रज्ञावंतांची मस्तके
आणि तळ्यातळ्याच्या पाण्यावर
        तरंगले
अर्भकांचे भयविव्हल नेत्र,
जेव्हा —
वनवासी हताश शतविद्ध संस्कृती
देशादेशाचे दरवाजे ठोठावीत

सुरक्षित आश्रयासाठी
सैरावैरा धावू लागली,
तेव्हा —
लक्षावधी स्तंभ फोडून शांतीचे
विजेच्या विराट लोळाप्रमाणे
हे नरसिंहा,
तू बाहेर आलास
आणि त्या गर्वोद्धत असुरपतीची
लोंबवलीस लक्तरे निमिषार्धात
आपल्या कराल नखाग्रांवर.
पूर्व-पश्चिमेकडील आकाशांनी
पाहिलेला
हा तुझा त्रिदल पराक्रम
घडवीत आहे अपूर्व इतिहास
अपूर्व सन्मान
माझ्या मायदेशासाठी

• • •

आणि इतकीच
किंबहुना अधिक अपूर्व
इतिहासात आजवर न घडलेली
मला जाणवते आहे —

ब्राँझच्या पहाड पुतळ्यासारखी
आसेतुहिमाचल मातीचे सत्त्व
        पिऊन
क्षितिजावर उदय पावली
तुझी उत्तुंग एकात्मता.
जात पोटजात धर्म इत्यादी
जीर्णाग्रहांच्या कंजुष कर्दमांमध्ये
तमोयुगाचे अवशेष होऊन
ओंगळ कीटकांप्रमाणे
येथील मानवसमूह डुंबला असताना,
समरांगणाच्या तीर्थावर
तू मानलीस एकच जात
सैनिकाची,
मानलास एकच धर्म
शस्त्राचा,
आणि सर्वधर्मीयांच्या रक्ताने
लिहिलास एक अनोळखी
पण दिव्य शब्द —
या देशाच्या संपूर्ण नकाशावर —
‘आम्ही’.
यातच आहे माझ्या मायभूमीच्या
प्रकाशमान भविष्याचे
आश्वासन.

कंदिल

जेव्हा आपल्या गलबतावर आदळतात
संतापलेल्या समुद्राच्या लाटा,
जवळची दुनिया — अगदी अंतरंगातली
उडून जाते मांडवात लागलेल्या
अत्तरासारखी,
जेव्हा अरण्यातले लियर होऊन
आपण लोंबकळू लागतो एका भयाण
निराकार निरालंबामध्ये,
माती आपल्या गळ्यातला हात काढून घेते
आणि नभाच्या नजरेवर चढते धुके,
अशा वेळी येतात हे संत
अमावास्येच्या घनदाट काळोखात
हरवलेल्या जंगलामध्ये—
अकस्मात न दिसणाऱ्या झोपडीचे
दार उघडून
बाहेर येणाऱ्या कंदिलासारखे,
काही तरी आहे
कोणी तरी आहे
हे कळवण्यासाठी.

बैरागी

तुझ्या रूपात
सूर्याच्या उगवत्या किरणांचे
देवळाच्या कळसावरून निथळणारे
केशरपाणी —

तुझ्या शब्दात
आंब्याच्या बनात बहरलेली
अल्लड कैऱ्यांच्या सुवासात माखलेली
कोकिळगाणी —

तुझ्या नेत्रांत
अंगावर पुनव घेऊन पडलेल्या
तुडुंब तलावावर कलंडलेली
रहस्यगर्भार रात्र —

माझ्या मनात
इंद्रधनूच्या रत्नाढ्य द्वारासमोर
माळावरील बैरागी बाभूळझाडाचा
एक नकार मात्र.

स्वर

सर्वांत मधुर स्वर
ना मैफलीतील गाण्याचा
ना पहाडातून झरणाऱ्या पाण्याचा
ना सागराचा ना कूजनाचा
ना आमंत्रक ओठांतील हसण्याचा,
सर्वांत मधुर स्वर —
कोठे तरी
कोणाच्या तरी
मनगटावरील शृंखला
खळखळा तुटण्याचा.

संवाद

तुम्ही जेव्हा
माझ्या कवितेशी बोलता
तेव्हा माझ्याशी बोलू नका,
कारण माझ्या कवितेत
मी असेन बराचसा
बहुधा,
पण माझ्या बोलण्यात मात्र
तुम्हीच असाल
पुष्कळदा.

कुसुमाग्रज यांची पॉप्युलर प्रकाशित पुस्तके

छंदोमयी

किंमत : ₹. १९५/-

ज्ञानपीठ पुरस्कारानंतर दिल्ली येथे झालेल्या सत्कार समारंभात केलेल्या भाषणात कुसुमाग्रजांनी आपल्या कवितेविषयी काढलेले उद्गार त्यांच्या समग्र कवितेला लागू पडतात. आयुष्यभर कवितेने जी सोबत दिली त्याविषयी बोलताना कुसुमाग्रज म्हणतात, ''साठ वर्षांपूर्वी सुरू झालेली माझी शब्दयात्रा आयुष्याच्या संध्याकाळीही चालू आहे. कवितेने मला साथसोबत दिली याचा मला अभिमान व दिलासा वाटतो. कविता माझ्याबरोबर चालत राहिली असं नाही, तर सभोवारच्या घटनांतील अर्थ आणि सातवा शोधण्याचा तिनं प्रयत्न केला व माझ्या जगण्याला माझ्यापुरता विशेष अर्थही दिला. थेंबाचा समुद्राशी आणि ठिणगीचा वणव्याशी आप्त संबंध असतो हे कवितेनं मला शिकवलं. सौंदर्य, स्वातंत्र्य व प्रेम ही मानवी जीवनाची आधारभूत तत्त्वं आहेत आणि म्हणूनच अन्याय, अत्याचार, दास्य ही जीवन विद्रूप आणि जखमी करणारी अनिष्टं आहेत ही जाणीव तिनंच मला दिली.''

कालिदासाचे मेघदूत

किंमत : ₹. १५०/-

'एखाद्या निर्जन बेटावर जाताना एकच काव्य बरोबर नेण्याचे जर माझ्यावर बंधन घालण्यात आले तर मी 'मेघदूत' या काव्याचीच निवड करीन असे मला वाटते.

मेघदूतापेक्षा अधिक श्रेष्ठ दर्जाची काव्ये जागतिक वाङ्मयात उपलब्ध नसतील असे अर्थात मला म्हणायचे नाही. शिवाच्या मंदिरात शिव आणि केशवाच्या मंदिरात केशव हाच देवाधिदेव, असा प्रकार साहित्याच्या प्रांतास तरी करावयाचे काहीच कारण नाही. परंतु रसिकाच्या मनाला अथपासून इतिपर्यंत मंत्रमुग्ध करण्याचे, एक वेगळे भावविश्व त्याच्या सभोवार विणून त्याला उन्मनावस्थेत पोहोचविण्याचे सामर्थ्य मेघदूतात जितके आहे तितके अन्यत्र आढळणे फार कठीण आहे.

– वि.वा. शिरवाडकर

'प्रतिसाद' या पुस्तकातील 'मेघदूत' ह्या लेखातून

महावृक्ष

किंमत : ₹. १७५/-

शालेय वयात मी लेखनाला सुरुवात केलेली आहे. पुढे मी बहुतेक सर्व वाङ्मयप्रकारांत लेखन केले असले तरी प्रारंभ कवितेनेच झाला आणि आयुष्याच्या संधिकालात कविताच म ला साथ करीत आहे. म्हणजे गेली साठ. वर्षे मी हा लेखनाचा प्रपंच केला आहे. या तळावरून मी मागे वळून पाहतो. तेव्हा स्मृतीच्या पटलावर अनेक चित्रे मला दिसतात. व्यक्तिगत जीवनातील सुखदुःखाची चित्रे दिसतात, त्याप्रमाणे राष्ट्रीय जीवनातील संघर्षाचे आणि साफल्याचे शिलालेखही दिसतात. मानवी व्यवहारासंबंधी एक वेगळी दृष्टी. देणारे रिकाम्या खिशाचे खडतर अनुभव मी घेतले आणि त्या अनुभवांनाही सोनेरी किनार देणाऱ्या १९४२ च्या काँग्रेस अधिवेशनासारख्या ऐतिहासिक घटना मी पाहिल्या.

– कुसुमाग्रज
ज्ञानपीठ प्रदान समारंभातील भाषणातून

पाथेय

किंमत : ₹. २१५/-

'साठ वर्षांपूर्वी सुरू झालेली माझी शब्दयात्रा आयुष्याच्या संध्याकाळीही चालू आहे. कवितेने मला साथ सोबत दिली याचा मला अभिमान व दिलासा वाटतो. कविता माझ्याबरोबर चालत राहिली असं नाही तर सभोवारच्या घटनांतील अर्थ आणि सत्त्व शोधण्याचा तिनं प्रयत्न केला व माझ्या जगण्याला माझ्यापुरता विशेष अर्थही दिला. थेंबाचा समुद्राशी आणि ठिणगीचा वणव्याशी आप्त–संबंध असतो हे कवितेनं मला शिकवलं. सौंदर्य, स्वातंत्र्य व प्रेम ही मानवी जीवनाची आधारभूत तत्त्वं आहेत आणि म्हणूनच अन्याय, अत्याचार, दास्य ही जीवन विद्रूप आणि जखमी करणारी अनिष्टं आहेत ही जाणीव तिनंच मला दिली:

– वि. वा. शिरवाडकर (कुसुमाग्रज)
(दिल्लीच्या सत्कारसमारंभातील भाषणातून)

प्रवासी पक्षी

किंमत : ₹. २४५/-

कविवर्य कुसुमाग्रजांनी आजवर कविता, नाटक, कादंबरी, कथा, ललितनिबंध असे विविध प्रकारचे साहित्य लिहिले असून त्याद्वारे मराठी साहित्यात मोलाची भर घातलेली आहे. या सर्व साहित्यात त्यांचे काव्य आणि नाटक हे वाङ्मयप्रकार विशेष गाजलेले असून त्यांचा ठसा मराठी मनावर उमटलेला दिसतो. या दोहोंतही कवितेचा ठसा अधिक खोलवर उमटलेला आहे असे जाणवते. हा ठसा केवळ रसिकांच्या मनावर उमटला आहे असे नाही तर कुसुमाग्रजांच्या सौंदर्यदृष्टीचा आणि शैलीचा संस्कार मराठी कवितेवर झालेला आहे, असेही आढळून येते. कुसुमाग्रजांची कविता ही, केशवसुतांपासून निर्माण झालेल्या एका वैभवशाली कालखंडातला महत्त्वाचा भाग असून ती गेली जवळ जवळ साठ-पासष्ट वर्षे नवनवीन उन्मेशांनी बहरत राहिलेली आहे.

कुसुमाग्रजांच्या 'छंदोमयी', 'मुक्तायन' व 'पाथेय' या तीन संग्रहांतील निवडक कवितांचा 'प्रवासी पक्षी' हा संग्रह असून रसया-inters वीस वर्षातील कुसुमाग्रजांच्या कवितांचे स्वरूप या संकलनाद्वारे वाचकांना एकत्रितपणे पाहावयास मिळेल.

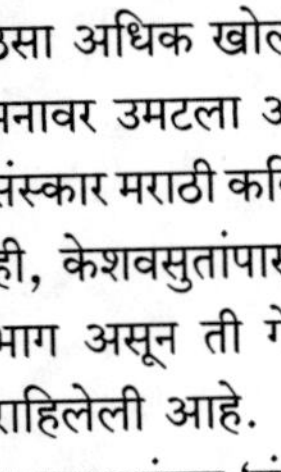

मारवा

किंमत : ₹. २१०/-

मराठी काव्यरसिकांनाही कुसुमाग्रजांच्या कवितेने पाऊणशे वर्षांहून अधिक काळ साथ दिली आहे, जीवनाच्या वेगवेगळ्या टप्प्यांवर आनंद दिला आहे, जगण्याची उमेद दिली आहे आणि वास्तवाची जाणीवही करून दिली आहे. आजही ताजी, टवटवीत असलेली कुसुमाग्रजांची कविता नवीन पिढीलाही आपलीशी वाटते हेच त्या कवितेचं मोठेपण आहे.

थांब सहेली
किंमत : ₹. १७५/-

''जगात जगाचे रहिवासी कोणीच नाहीत.
असले तर फार थोडे. सर्व जण आपल्या देशाचे,
प्रांताचे, जिल्ह्याचे आणि गावाचे रहिवासी आहेत.
सर्व माणसं सरहद्दीत राहत आहेत.''

''सरहद्दी अपरिहार्य नाहीत का?''
''अपरिहार्य असतील; पण आवश्यक नाहीत
आणि इष्टही नाहीत. अवाजवी खाण्यान
अजीर्णाचा आजार होतो. तो अपरिहार्य,
पण आवश्यक वा इष्ट नाही.''

''पण सरहद्दी नष्ट करण्याचं कार्य धर्मानं.
राजकीय, सामाजिक तत्त्वज्ञानांनी केलं आहे.''

''त्यांनी काही सरहद्दी नष्ट केल्या. पण
अधिक मोठ्या अधिक कर्मठ अशा सरहद्दी
निर्माण केल्या. कोणतीही सरहद मग ती
धर्माची असो वा देशाची असो –
माणसाची विचारशक्ती मारते.''

***